மூன்று நாள் சொர்க்கம்

கிழக்கு பதிப்பக வெளியீடுகளாக சுஜாதாவின் புத்தகங்கள்

மீண்டும் ஜீனோ
நிறமற்ற வானவில்
நில்லுங்கள் ராஜாவே
தீண்டும் இன்பம்
ஆஸ்டின் இல்லம்
அனிதாவின் காதல்கள்
நைலான் கயிறு
24 ரூபாய் தீவு
அனிதா இளம் மனைவி
கொலை அரங்கம்
கமிஷனருக்கு கடிதம்
அப்ஸரா
பாரதி இருந்த வீடு
மெரீனா
ஆர்யபட்டா
என் இனிய இயந்திரா
காயத்ரி
ப்ரியா
தங்க முடிச்சு
எதையும் ஒருமுறை
ஊஞ்சல்
ஓரிரவில் ஒரு ரயிலில்
மீண்டும் ஒரு குற்றம்
விக்ரம்
நில், கவனி, தாக்கு!
வாய்மையே சில சமயம் வெல்லும்
ஆ..!
வசந்த காலக் குற்றங்கள்
சிவந்த கைகள்
ஒரே ஒரு துரோகம்
இன்னும் ஒரு பெண்
6961
ஜோதி
மாயா
ரோஜா
ஓடாதே
மேற்கே ஒரு குற்றம்
விபரீதக் கோட்பாடு
ஐந்தாவது அத்தியாயம்
மலை மாளிகை
விடிவதற்குள் வா
மூன்று நாள் சொர்க்கம்
பத்து செகண்ட் முத்தம்
கம்ப்யூட்டர் கிராமம்
இளமையில் கொல்
மேகத்தை துரத்தியவன்
ஒரு நடுப்பகல் மரணம்
நகரம்
இதன் பெயரும் கொலை
மண்மகன்
தப்பித்தால் தப்பில்லை
விழுந்த நட்சத்திரம்
முதல் நாடகம்
ஆட்டக்காரன்
ஜன்னல் மலர்
என்றாவது ஒரு நாள்
வைரங்கள்
மேலும் ஒரு குற்றம்
சொர்க்கத் தீவு
கனவுத் தொழிற்சாலை
ஆயிரத்தில் இருவர்
பதினாலு நாட்கள்
உள்ளம் துறந்தவன்
பிரிவோம் சந்திப்போம்
கரையெல்லாம் செண்பகப்பூ
இரண்டாவது காதல் கதை
நிர்வாண நகரம்
குருபிரசாதின் கடைசி தினம்
இருள் வரும் நேரம்
திசை கண்டேன் வான் கண்டேன்
ஆழ்வார்கள் - ஓர் எளிய அறிமுகம்
தேடாதே
விருப்பமில்லாத் திருப்பங்கள்
விரும்பிச் சொன்ன பொய்கள்
கை
ஆதலினால் காதல் செய்வீர்
நூற்றாண்டின் இறுதியில் சில சிந்தனைகள்
அப்பா, அன்புள்ள அப்பா
மிஸ். தமிழ்த்தாயே, நமஸ்காரம்!
சிறு சிறுகதைகள்
வாரம் ஒரு பாசுரம்
வானத்தில் ஒரு மௌனத்தாரகை
கடவுள் வந்திருந்தார்
அனுமதி
ஓலைப் பட்டாசு
சேகர், சிங்கமய்யங்கார் பேரன்
கம்ப்யூட்டரே ஒரு கதை சொல்லு
டாக்டர் நரேந்திரனின் வினோத வழக்கு
நிஜத்தைத் தேடி
பாதி ராஜ்யம்
சில வித்தியாசங்கள்

மூன்று நாள் சொர்க்கம்

சுஜாதா

மூன்று நாள் சொர்க்கம்
Moondru Naal Sorgam
by Sujatha
Sujatha Rangarajan ©

First Edition: April 2010
72 Pages
Printed in India.

ISBN 978-81-8493-414-4
Kizhakku - 474

Kizhakku Pathippagam
177/103, First Floor,
Ambal's Building, Lloyds Road,
Royapettah, Chennai 600 014.
Ph: +91-44-4200-9603
Email : support@nhm.in
Website : www.nhm.in

Cover Image: Shutterstock
Backcover Image : Rahul Senthooran

Kizhakku Pathippagam is an imprint of New Horizon Media Private Limited

This book is sold subject to the condition that it shall not, by way of trade or otherwise, be lent, resold, hired out, or otherwise circulated without the publisher's prior written consent in any form of binding or cover other than that in which it is published and without a similar condition including this the rights under copyright reserved above, no part of this publication may be reproduced, stored in or introduced into a retrieval system, or transmitted in any form or by any means (electronic, mechanical, photocopying, recording or otherwise), without the prior written permission of both the copyright owner and the above-mentioned publisher of this book.

காலையில் என்னை ஊருக்கு அழைத்துப்போ என்று சொன்னவள் எப்படிச் சட்டென்று தனியாகப் புறப்பட்டுப் போயிருக்க முடியும்? அதுவே விந்தை! சரசுவுக்கு ஏதாவது ஆகி யிருக்குமா? மூட்டை! அது எந்த மாதிரி ஷேப்பில் இருந்தது? உடல் பரிமாணத்துக்கு இருக்குமா? சே, அப்படி நினைக்காதே! என்னை எதற்குத் தனியாக அனுப்பி விட்டார் கள்? இப்போது அவர்கள் என்ன செய்து கொண்டிருப்பார்கள்?

1

என் பெயர் குருராஜ். குரு என்றே என்னைக் கூப்பிடலாம். நான், ராஜ், மனோ மூவரும் மங்களூர் போயிருந்தோம். அதைப் பற்றிச் சொல்கிறேன்.

2

ஐடியா கொடுத்ததே மனோதான். அவன்தான் ஒரு மாதிரி எங்கள் குழுவின் தலைவன். ராஜுக்குத் தெரிந்த பார்ட்டி ஒன்று மங்களூரில் இருப்பதாகவும் ஆட்டமொபைல் ஸ்பேர் பார்ட் பெரிய புள்ளி என்பதாகவும் அந்தப் புள்ளி பைபாஸ் ஆபரேஷனுக்கு அமெரிக்கா போவதாகவும் அதனால் அவர்கள் மாளிகை போன்ற வீட்டைப் பாதுகாக்க ராஜை அழைத்திருப்பதாகவும் அவனுடன் போய் மூன்று நாளாவது இருக்கலாம் என்றும் சொன்னான். ஆயிரம் ரூபாய் பணம் கட்டாயம் கொண்டுவரச் சொன்னான். 'ஆயிரம் ரூபாயா? அஞ்சு ரூபாய்க்குச் சிங்கியடிக்கிறேன், மனோ' என்றேன்.

'திருடு' என்றான்.

‘எப்படி?’ என்றேன்.

‘திருடுவதற்குச் சொல்லியா தரவேண்டும்? உங்கள் வீட்டில் டிரான்சிஸ்டர் இல்லையா, டேப் ரெகார்டர் இல்லையா, குட்டி குட்டியாக வெள்ளிப் பாத்திரங்கள் இல்லையா, நகை இல்லையா? வீட்டில் திருடுவதைப் போல பத்திரமானது எதுவும் இல்லை. குரு, உன்னை யாரும் சந்தேகிக்கவே மாட்டார்கள்’ என்றான்.

‘எங்கள் வீட்டு டிரான்சிஸ்டர் எல்லாம் திருடக்கூடிய நிலையில் இல்லை. எல்லாம் எம்ப்ராய்டரி போட்டு ஜோடித்து அலமாரியில் எலிமினேட்டருடன் இணைத்து, ரொம்ப கஷ்டம் மனோ.’

‘அப்ப எதிர்த்த வீட்டில், பக்கத்து வீட்டில திருடு. பால்காரன் வீட்டில எத்தனையோ இறைஞ்சு கிடக்காது? குரு, சொர்க்கம் பார்க்கணுமா, மூணு நாள்ல ரூபா ஆயிரத்தோட வா. எப்படிச் சம்பாதிப்பயோ தெரியாது. டென்னிஸ் ஆடலாம். ஃபென்னி சாப்டலாம், வேணும்னா கோவா போலாம். சர்க்கரை சாப்டலாம். ஊத்தலாம். குட்டிகளோ ஏராளம்’ என்றான்.

எனக்கு உடல் விண்ணென்று ஆகிவிட்டது. எப்படியாவது ஆயிரம் ரூபாய் சம்பாதிக்க வேண்டுமே என்று வீட்டுக்குப் போனபோது, வேளை சாதகமாக இருந்தது. அம்மா எதிர்த்த வீட்டிலே போய் ஒரு லிட்டர் பால் வாங்கி வரச் சொன்னாள். வீட்டுக்காரி உள்ளே போய் பால் எடுத்து வரச் சென்றிருந்தபோது அலமாரியில் அந்த டூ-இன்-ஒன்னைப் பார்த்தேன். அதை உடனே எடுத்து என் வீட்டுத் திண்ணையில் போய் வைத்துவிட்டுத் திரும்பி வந்து ஒன்றுமே நடக்காதது போலக் காத்திருந்தேன். உள்ளே போனவள் பாலுடன் திரும்பி வந்தவள் என்னைப் பார்த்து புன்னகையோடு பால் கொடுத்தாள். பால்கார மாமிக்கு எம்மேல் கொஞ்சம் ஆசை. கணவன் அவளுக்குச் சின்னவன்!

ராத்திரிதான் எதிர் வீட்டில் டூ-இன்-ஒன் காணாமல் போனதைக் கண்டுபிடித்து வேலைக்காரப் பெண்ணைப் போட்டு மொத்திக் கொண்டிருந்தார்கள்.

நான் அதற்குள் அதை ராஜ் மூலம் சேட்டு கடையில் விற்றாகி விட்டது! ‘சோரி கா மால் முஜே பக்டேகா போலீஸ்வாலே’ (திருட்டுப்பொருள், என்னைப் போலீஸ்காரர்கள் பிடித்துக்கொள் வார்கள்) என்று முனகிக்கொண்டேதான் ரூ. 300 கொடுத்தான். அநியாயம். இருந்தாலும் பேரம் பேசவோ மறுக்கவோ டயம்

இல்லை. கிடைத்த மட்டும் ஆதாயம்! ராஜ்தான் சொன்னான். அதன்பின் அந்த ஒரு வாரத்தில் வீட்டிலிருந்து நான்கைந்து டம்ளர்கள், ஒரு ஸ்கூட்டர் டயர் திருடினேன். டயர் பழசு. வீட்டில் ஏகப்பட்ட டம்ளர்கள் உள்ளன. ஒன்றிரண்டு காணாமல் போனதைக் கண்டுபிடிக்க நாளாகும். அதற்குள் மங்களூர் போய் வந்துவிடலாம். எவர்சில்வர் பாத்திரம் மார்க்கெட்டில் விலைபோவது ரொம்பக் கஷ்டமாக இருந்தது. அநியாயமாகக் குறைத்துக் கேட்டார்கள். விற்பது என்றால் அத்தனை இளப்பம். வேறு வழியில்லாமல் அஞ்சு பத்து என்று கிடைத்தமட்டும் ஆதாயமாக விற்றேன். அப்புறம் என் பிரதர் வாட்ச் என்னிடம் கொடுத்திருந்தான். என் தங்கை சுகுணா போட்டிருந்த மோதிரத்தை ஓரிரு நாள் போட்டுப் பார்க்கிறேன் என்று சொல்லி சுண்டுவிரலில் மாட்டிக் கொண்டேன். தங்கம் சுமாராகப் போகிறது. இருந்தும் சங்கிலி கிங்கிலி என்று அதிகம் புரட்ட முடியாது. அரை பவுனுக்கு மேல் இருக்காது. சேதாரம் ஆதாரம் என்று கணக்கு போட்டு நானூற்று சொச்சம்தான் தந்தான்.

திரீ-இன்-ஒன் 300;

சுகுணாவின் மோதிரம் 425;

எச் எம் டி வாட்ச் 75;

எவர் சில்வர் டம்ளர், பழைய டயர் (இன்ன பிற) 75.

மனோ எண்ணிப் பார்த்துவிட்டு, 'குறையுதே குரு. இன்னும் 125 கொண்டாந்துரு' என்றான்.

'இவ்ளவ்தான் முடியும் மனோ.'

'ஆயிரம்னு சொன்னா ஆயிரம் ரூபாய்தான்! இங்கே அங்கே துண்டு விழுந்தா நம்ம பட்ஜட் போயிரும். சும்மா கெஞ்சாத! ஆயிரம் ரூபா கொண்டாந்தா வா! இல்லை, மூடிக்கிட்டுப் போய்க்கிட்டே இரு. உம் பிசாத்துக் காசு வேண்டாம் எனக்கு. உனக்கு ஆற செலவுதான். ஆயிரம் ரூபாய்க்குப் பத்தாயிரம் ரூபா சந்தோஷம் காத்திருக்கு. சரியா இன்னும் 125 சேர்த்துக்கிட்டு வெள்ளிக்கிழமை சுபாஷ் நகர் பஸ் ஸ்டாண்டாண்டை வந்துரு' என்றான்.

வீட்டுக்குப் போனபோது ஒரு மாதிரி இருந்தது. மனோ ஒப்புக் கொள்ள மாட்டான். இன்னும் நூறு ரூபாய் சில்லறைக்கு எங்கே

போவது? அம்மாவிடம் போய் மளிகைச் சாமான் வாங்க வேண்டுமா என்று கேட்டேன். ரேஷன் சர்க்கரையில் ஒரு கிலோ, இரண்டு கிலோ கை வைத்தாலும் பத்து ரூபாய் பெயரும். வளையல் கிளையல் திருடலாம் என்றால், ம்ஹூம், யாரும் கழற்றி வைக்கிற சாதியாகத் தெரியவில்லை. ஜெயநகரில் பாட்டி வீட்டுக்குப் போயிருந்தேன். 'அம்மா கைமாற்றாக 125 ரூபாய் வாங்கி வரச் சொன்னாள் பாட்டி' என்றேன். பாட்டி உடனே 'போன் பண்ணி விசாரிக்கிறேன்' என்றாள். சரி என்றேன். ரிஸ்க்தான். ஆனால் நான் நினைத்தது நடந்துவிட்டது. பாட்டி விசாரிக்காமலேயே கொடுத்துவிட்டாள். கட்டிலுக்கு நாடா போட்டுவிட்டு, ஒட்டடை அடித்துவிட்டு, எல்லாம் செய்து கொடுத்துவிட்டு, மோர் சாப்பிட்டுவிட்டுத்தான் வந்தேன்.

3

என்னைப் பற்றி இப்போது ஒரு மாதிரி அபிப்ராயம் உங்களுக்கு ஏற்பட்டிருக்கலாம். என்ன? எங்கே சொல்லுங்கள்... நான் கெட்டவன். சொந்த வீட்டிலேயே திருடினவன்! அம்மா, அப்பா, பாட்டியிடம் பொய் சொல்பவன், இத்யாதி. ஓக்கே. ஓக்கே. நான் கெட்டவன்தான். அதற்குமுன் உங்களையே நீங்கள் கேட்டுக் கொண்டு பதில் சொல்லுங்கள். உங்கள் வீட்டிலே நீங்கள் திருடினதே இல்லையா? பொய் சொன்னதே இல்லையா? அப்படியெனில் நீங்கள் ரொம்ப சத்தியவான்! இந்தக் கதையைப் படிக்கவே கூடாது. கெட்டுப்போய் விடுவீர்கள். மற்ற பேர் என்னுடன் மங்களூர் வாருங்கள்.

4

வெள்ளிக்கிழமை பஸ் ஸ்டாண்டுக்குப் போனபோது ரிசப்ஷன் கிட்டத்தில் ராஜ் வந்திருந்தான். புதுசான ஜெர்கினும் கண்ணாடியும் போட்டிருந்தான். 'பணம் கொண்டாந்தியா? இல்லேன்னா, மனோ ஒத்துக்கமாட்டான்' என்றான். சற்று தூரத்தில் நின்று கொண்டிருந்த ஒரு பெண்ணைப் பார்த்து, 'அந்தக் குட்டியை

எங்கேயோ பாத்திருக்கமில்லை' என்றான். நான் பார்த்து எங்கள் பாலிடெக்னிக்கில் ரேடியோ மூணாவது வருசம் படிப்பதாகச் சொன்னேன். அந்தப் பெண் பஸ் ஸ்டாண்டில் யாருக்கோ காத்திருந்தது. அதனருகில் போய் 'சௌக்கியமா?' என்றேன். அது கறுப்புக் கண்ணாடியைக் கழற்றாமல் 'சவுக்கியம்' என்றது. 'எங்கே, இந்தப் பக்கம்?' என்றேன்.

'தெரிஞ்சவருக்காக வெய்ட் பண்றேன்' என்றது. அதற்குள் மனோ வந்துவிட்டான். 'ஸீ யு' சொல்லிவிட்டு, இங்கே வந்தால் மனோ 'முதலில் ஆயிரம் ரூபாய் எண்ணிக் கொடு' என்றான்.

'கொண்டாந்திருக்கேன் மனோ, நம்பு' என்றால் நோட்டு நோட்டாக பொது இடமாகிய பஸ் ஸ்டாண்டில் எண்ணி விட்டுத்தான் சமாதானமானான். 'மூணு நாளைக்கு வீட்டில தேடமாட்டார்களே?' என்றான்.

'எக்ஸ்கர்ஷன்னு சொல்லிட்டு வந்தேன். ராஜ், நீ?'

'என் வீட்டில விடமாட்டாங்க. சொல்லாமத்தான் வந்திருக்கேன். போன் பண்ணிடலாம்.'

ராஜின் அப்பா சப்-ரிஜிஸ்ட்ரார். நிறைய லஞ்சம் வாங்குவதை ராஜே பார்த்திருக்கிறான். என் அப்பா பி.எச்.இ.எல்-லில் என்னவோவாக இருக்கிறார். மனோவுக்கு அப்பா இல்லை.

மங்களூர் பஸ்ஸில் முன் சீட்டில் கர்ச்சீப் போட்டிருந்தான். டிக்கெட் எடுத்துவிட்டு பன் பட்டர் ஜாம் வாங்கிக் கொடுத்தான். பஸ் ராத்திரி காட் செக்ஷனில் ஓடி விடிய விடியப் போய்விடும் என்றார்கள். பஸ் புறப்பட்டபோது அந்தப் பெண்ணும் பின் சீட்டில் உட்கார்ந்தது. நாங்கள் முன்னே போய் உட்கார்ந்தோம். ராஜ் கடுப்பாக இருந்தான். பஸ் புறப்பட்டதும் மனோ எழுந்து பின்னே சென்று கண்டக்டரிடம் கன்னடத்தில் பேசிக்கொண் டான். ராஜ் என்னிடம், 'பாத்தியா குரு, இதை மட்டும் இவன் நம்மகிட்ட சொல்லவே இல்லை பாரு' என்றான்.

'எதை மட்டும்?'

'குட்டி தள்ளிட்டு வந்திருக்கான் பாரு. உங்க பாலிடெக்னிக்கு குட்டி இருக்குதே அதும் நம்மகூட வரப்போவுதாம். இதை நம்மகிட்ட சொல்லியிருக்கணுமா இல்லையா?'

'ஆமாடா. கேட்டுரு.'

‘நீ கேளு. இந்த மாதிரி பொம்பள விசயம்னா ஒப்புத்துக்கிட்டு இருக்கவே மாட்டேன்!’

‘பெரிய ரெஸ்பான்சிபிள் ஆவுதில்லையா. அதும் அந்தப் பொண்ணு அப்பா அம்மாவெல்லாம் எனக்குத் தெரியும். அப்புறம் எம்மேலதானே சொல்வாங்க. பொறுப்பு வேணாமா?’

‘அதை எதுக்காக அழைச்சிட்டு வந்திருக்கான்?’

‘எதுக்கா? மூணு நாளும் அதை டாவடிக்கப் போறான். நாம ரெண்டு பேரும் நொட்டை விட்டுக்கிட்டுப் பாத்துக்கிட்டு இருக்கணும்.’

‘சரிதான்!’ என்றேன். வயிற்றை என்னவோ செய்தது. மனோ திரும்பி வந்து, ‘என்னடா?’ என்றான்.

‘நீ செய்யறது நல்லாவே இல்லைன்னு சொல்றான் குரு’ என்றான் ராஜ்.

‘என்னடா நல்லால்லை?’

‘சொல்லேண்டா. மனோ, இவன் கேக்கறான். மூணு பேரும் சேர்ந்தாப்பலதானே போறதாவும் சேர்ந்தாப்பலதானே என்ஜாய் பண்றதாகவும் பேச்சு. நீ மட்டும் இந்தப் பொண்ணைக் கூட்டு வெச்சுக்கிட்டு...’

‘உனக்குப் பொண்ணுதானடா வேணும்? மங்களூர்ல எத்தனை காட்றேன் வா.’

‘அது யார் மனோ?’

‘அவ பேரு சரஸ்வதி. நானும் அவளும் லவர்ஸ்! காதல் ஆய்டுச்சு. ஏய் இங்க வந்துரு. எல்லாம் ஃப்ரெண்ட்ஸ¬தான்’ என்றான். அந்தப் பெண் ஓடும் பஸ்ஸில் ஆடி ஆடி வந்து எங்களருகில் வந்து வணக்கம் என்று மூக்கருகில் கைகூப்பியது. பாவாடை தாவணியும் ரெட்டைப் பின்னலுமாக இருந்தது. முன் வரிசையில் ஒரு பல் தவறியிருந்தது. சின்னதாகப் பொட்டு இட்டுக்கொண்டு கறுப்பான பெண். ‘இது ராஜ். இது குரு. என் டியரெஸ்ட் ஃப்ரெண்ட்ஸ்!’

‘எல்லோருக்கும் நான் நல்லா சமைச்சுப் போடப் போறேன்.’

‘சேச்சே. அதெல்லாம் வேண்டாம்’ என்றேன்.

‘நானும் மனோவும் அங்க போய் கல்யாணம் பண்ணிக்கப் போறோம்’ என்றாள்.

ராஜ் தலையில் கை வைத்துக்கொண்டான்.

ஆஸனில் நின்றபோது மனோ எல்லோருக்கும் டீ வாங்கிக் கொடுத்தான். அந்தப் பெண் என்னைப் பார்த்து ‘உங்களைப் பாலிடெக்னிக்கில் பார்த்திருக்கிறேன்’ என்றது. ராஜ் அதை ‘வீட்டில சொல்லிட்டு வந்தியா?’ என்று கேட்டான். அவள் உடனே அழ ஆரம்பித்துவிட்டாள். மனோதான் சமாதானப் படுத்தி அதட்டி அழைத்துச் சென்றான். ராஜிடம் வந்து, ‘பாரு, அதை வீட்டைப் பற்றி எதுவும் கேட்காதே. ஏற்கெனவே நொந்து போயிருக்கிறது குட்டி. எல்லோரையும் விட்டுவிட்டு அப்பா, அம்மாவை விட்டுவிட்டு என்னுடன் ஓடி வந்திருக்கிறது. இதோ பார்’ என்று ஒரு கர்ச்சீப் மூட்டையைப் பிரித்து தங்க நகைகளைக் காட்டினான். ‘எல்லாம் அதன் நகை! எவ்வளவு தியாகம் பாத்தியா. பாரு ராஜ், குரு, நீங்க ரெண்டு பேரும் ஏதாவது அதுகிட்ட தப்பா நடந்துகிட்டிங்க, கொன்னு போட்டுருவேன்’ என்றான்.

‘நீ செய்றது நல்லாவே இல்லை மனோ. என்கிட்ட என்ன சொன்ன? மங்களூருக்குச் சும்மாதானே போறதா பேச்சு?’

‘அப்படித்தான் ராஜு! ஆனா கடைசி நிமிஷத்தில் இந்த மாதிரி இந்த டெவலப்மெண்ட் ஆயிருச்சி!’ பஸ் போய்க்கொண்டே இருக்கும்போது என்னை மூலை சீட்டில் மடக்கி, மனோ தன் காதல் பற்றி சொன்னான்.

‘நான் ப்ரிண்டிங் டெக்னாலஜி, அது ரேடியோ மெக்கானிக் கோர்ஸ். இருந்தாலும் ஒரு தடவை பிச்சர் பார்க்கறப்போ சந்திச்சுக்கிட்டோம். டிக்கெட் வாங்கிக் கொடுத்தேன். அப்படியே ஒரு மாதிரியா நட்பு உருவாகிக் காதலாயிருச்சு. எம்மேலே உசிரு குரு. எனக்காக எல்லாத்தையும் விட்டுவிட்டு அம்மா அப்பா தங்கச்சி எல்லோரையும் விட்டுட்டுத் தனியா வந்திருக்கு பாரு’ என்று தொடர்ந்தான்.

‘அதைக் கல்யாணம் பண்ணிக்கப் போறியா மனோ?’

‘அதையா? ப்ர்ர்ர்’ என்றான்.

'அப்படின்னா?'

'நாலு நாளைக்குச் சக்கையா ....ட்டு வீட்டில கொண்டு விட்ரப் போறேன். கல்யாணமாவது? என்ன விளையாடறியா? எனக்குக் கல்யாணம் பண்ணிக்கற வயசா?' என்றான். 'இதை ராஜ்கிட்ட சொல்லாத. அவன் கவிதை எல்லாம் எழுதற ஆளு. பதட்டப்படு வான். அந்தப் பொண்ணு நல்லாவா இருக்காங்கறே?'

நான் திரும்பிப் பார்த்தபோது ஆடி ஆடி பஸ்ஸில் கன்னத்தில் கண்ணீர் கறையுடன் தூங்கிக்கொண்டிருந்தாள். 'ஓகே' என்றேன்.

'அப்படி ஒண்ணும் அதிரூபசுந்தரி இல்லை. ஆனா நாலஞ்சு கடிதம் எழுதினேன். எம் மேல மேல வந்து விழுந்தா. என்ன செய்யறது, சொல்லு?'

'நீ பண்றது அநியாயம் மனோ.'

'என்னடா பண்றது. நம்மகிட்ட வந்து அப்படி வசமா மாட்டிக் கிட்டா என்ன செய்றது?'

'ஞானஸ்னானம் ஆயிடுச்சா?'

'இன்னும் இல்லை. மங்களூர்லதான் திறப்பு விழா நடக்கப் போவுது. ஆ, ரொம்பக் கடுமையா கற்பு, தொட்டாச் சிணுங்கி, கழுத்தில் தாலி ஏறாம எதும் கூடாதாம்?'

'என்ன செய்யப்போறே?'

'என்ன செய்யறது? மூணு நாளைக்குள்ள மாத்தமாட்டிக்ஸ் பண்ணிரவேண்டியதுதான். இதுக்காக எத்தனை செலவு தெரியுமா? எட்டு பத்து பிக்சர், குரு; அப்றம் மணிகிணின்னு பிளாஸ்டிக்கில; அப்றம் ஊர்ல உள்ள அத்தனை க்வாலிடியிலயும் ஐஸ்கிரீம், காரா லஸ்ஸி, எத்தனை மூலதனம்!'

'பாவம்டா.'

'நல்லா வீட்டு வேலை செய்யும். எட்டுப்பேரு பத்துப் பேருக்குச் சமைச்சுப் போடுமாம். நல்லாப் படிக்கவும் படிக்குது. ஆனா கல்யாணம் பண்ணிக்கவெல்லாம் முடியாது. அது என்ன ஜாதி, நான் என்ன ஜாதி. நாங்கள்லாம் நல்லொழுக்கமுள்ள இந்து வேளாளாஸ்!'

நான் திரும்பிப் பார்த்தேன். ராஜ் முனகிக்கொண்டே வந்தான். 'அடேய், படுபாதகா. எங்க அப்பாவுக்குத் தெரிஞ்சா கொன்னு போட்டுடுவார்டா, பெல்ட்ல அடிப்பார்டா!'

'உன்னையா! போடா, சீ...'

'பொண்ணைத் தள்ளிட்டு வந்திருக்கன்னு சொல்லியிருக்கணும் நீ.'

'எதாவதுன்னா எம்பேர்ல பழி போட்டுரு. நம்ம மூணு பேரையும் கனெக்ட் பண்றதுக்கே ஒரு வாரம் ஆயிரும். அதுக்குள்ள சொர்க்கம் தீர்ந்துரும்!'

'நிசமாவே கல்யாணம் பண்ணிக்கப் போறியா?'

'ஆமாடா. பின்ன காதல்னா சும்மாவா?' என்று மனோ கேலியாகச் சொன்னான். சிகரெட் பற்ற வைத்துக் கொண்டான். பக்கத்தில் இருந்தவர் 'நோ ஸ்மோக்கிங்' போர்டைக் காட்ட 'போடா, பொங்கி' என்றான்.

மனோ வசீகரமானவன்தான். எந்தப் பெண்ணும் அவனுக்கு விழுவதில் அர்த்தம் உள்ளதுதான். அம்பரிஷ் மாதிரி கண்களில் ஒரு விதமான மயக்கம் உண்டு. குரலில் ஒரு கவர்ச்சி உண்டு. பெண்களிடம் அளவுக்கு அதிகமாக மரியாதையாக நடந்து கொள்வான். அளவாகச் சிரிப்பான். ஒரு தன்னம்பிக்கையும் அழுத்தமான சுயகௌரவமும் உண்டு. எந்தவித நெருக்கடியும் சிக்கலும் அவனைப் பாதிக்க முடியாது. எனக்கு நேர் எதிர். ராஜ் என் டைப். என்னைவிட அதிகமாகவே ஒர்ரி பண்ணிக் கொள்கிற வன். ஏதோ 'மங்களூருக்குத் துணைக்கு வா' என்று மனோவைக் கூப்பிடப்போய், இந்த இக்கட்டில் மாட்டிக் கொண்டேனே என்று அங்கலாய்த்துக்கொண்டே வந்தான் ராஜ். எப்படியோ ஒருவிதத்தில் ஏதோ நிகழப்போகிறது என்று பயப்பட்டான்.

ராத்திரி காட் செக்ஷனில் பஸ் சுற்றிச் சுற்றிச் செல்லும்போது சரஸ்வதியும் தூங்கவில்லை. நானும் தூங்கவில்லை. அருகி லிருந்த 'நோ ஸ்மோக்கிங்' தாத்தாவைப் பின்னால் அனுப்பி விட்டு, அந்தப் பெண் சரஸ்வதியைப் பக்கத்தில் வைத்துக் கொண்டு மனோ தூங்கிப் போய்விட்டான். அந்தப் பெண் அடிக்கடி என்னை எழுப்பி ஏதாவது கேட்டுக் கொண்டிருந்தது. டீ சாப்பிட்டது. தூக்கம் வரவில்லை என்றது. வீட்டை விட்டு

ஓடிவந்தது, குழப்பமாக இருக்கவேண்டும். சிலசமயம் மௌன மாக அழுதது.

'உங்களுக்கு எத்தனை கூடப்பொறந்தவங்க?'

'ரெண்டு பேர்தான். எனக்கு ஒரு அண்ணன் இருக்கான். வேலையில் இருக்கான்.'

'அப்பா, அம்மா?'

'இருக்காங்க. பி.எச்.இ.எல்-ல இருக்காரு.'

'எனக்கு இருந்தாங்க! இனிமே மனோதான் எல்லாம். எல்லாத்தையும் உதறிப் போட்டுட்டேன். இனி அவர்தான் என் அப்பா, அம்மா, தங்கச்சி எல்லாம்' என்று மனோவைத் தடவிக் கொடுத்தாள். இந்த வயசுக்கு மார்பு பெரிசாக இருந்தது. நான் பார்ப்பதை உணர்ந்து இயல்பாகப் போர்த்திக்கொண்டாலும் நைலக்ஸோ என்ன கண்ராவியோ ரவிக்கை பார்டர் எல்லாம் தெரிந்தது. உள்ளே ஒளித்து வைத்திருந்த கர்ச்சீப்கூடத் தெரிந்தது. அதற்கு மேலே மனோ போட்டு தொம்சம் பண்ணப் போகிறான் என்று கவலைக்கத்தி வயிற்றில் ஒரு குத்து குத்தியது. 'பெண்ணே, அடுத்த இடத்தில் பஸ் நிற்கும்போது ராத்திரியாக இருந்தாலும் இறங்கிப் போய்விடு. எதிர் பஸ்ஸைப் பிடித்து பேசாமல் அப்பா அம்மாவிடம் போய்விடு' என்று சொல்லத்தான் நினைத்தேன்.

'இன்னேரம் என்னைத் தேடிக்கிட்டு இருப்பாங்க. சாயங்காலம் நோட்டு புஸ்தகம் வாங்கிவர மோகினி வீட்டுக்குப் போறதா சொல்லிட்டேன். கைல ஒரு பொடவை கிடையாது. நகைங்கள் லாம் மனோகிட்டதான் கொடுத்திருக்கேன். எங்கம்மாதான் ரொம்ப அழுவாங்க. அதை நினைச்சாத்தான் பாவமா இருக்குது. எனக்கும் அழுகை வருது. எங்க மாமனுக்குத்தான் நானுன்னு அரணாகயிறு வயசிலேயே தீர்மானம் பண்ணிட்டாங்க. வீட்டோடதான் இருக்காரு. கேரக்டர் சரியில்லை. வேலைக் காரிங்ககூட எல்லாம்... சே! நீங்க மங்களூர்ல கல்யாணத் துக்குத்தானே வந்துகிட்டிருக்கீங்க?'

'கல்யாணம்? யார் கல்யாணம்?'

'எங்க கல்யாணம்!'

'ஓ... ஆமாம். கல்யாணம் இல்லை?' முதல்ல சாந்தி கல்யாணம் என்று எண்ணிக்கொண்டேன். எப்படியாவது இந்தப் பெண்ணை வீட்டுக்கு அனுப்பிவிட வேண்டும். இல்லையெனில், மனோ புரட்டிவிடுவான். கிட்டத்தில் பார்த்தபோது எதையும் நம்பும் கண்கள் தெரிந்தது. மனோ சொன்னான்: 'வீடு வாசலையெல்லாம் போட்டது போட்டபடி ஓடி வந்திருக்கும் பெண் என்ன மாதிரிப் பெண்? இந்த மாதிரி ஓடி வந்ததற்கும் தண்டனை கொடுக்க வேண்டும்.

நடக்கிறது நடக்கட்டும். நான் யார் காப்பாற்ற? தூ...'

தூக்கத்திலிருந்து ஒரு முறை எழுந்து பார்த்ததில் அவள் நிறைய விழித்துக்கொண்டு சன்னலுக்கு வெளியே இருட்டைப் பார்த்துக்கொண்டு மனோவைத் தொட்டுக்கொண்டு இருந்தாள்.

5

மங்களூர் வந்து சேர்ந்ததும் உட்லண்ட்ஸ் ஓட்டல்வரை இரண்டு ஆட்டோ வைத்துக்கொண்டு சென்றோம். அங்கே நாஷ்தா அடித்துவிட்டு பெர்ட்டிலைக்ஷ்ஸர் போர்ட் எல்லாம் தாண்டி, ஊருக்கு வெளியே கிராமப்புறம் போல இருந்தது. மல்பே பக்கம் தென்னை மர நிழலில் அந்த வீட்டைப் பார்த்ததும் எங்களுக்கு எல்லாக் களைப்பும் விலகிவிட்டது. மூங்கில் தட்டி போட்டு மனசில்லாமல் மறைத்துக் கொண்டிருந்த வீட்டின் அருகே ஃபெர்ன் போன்ற பற்பல செடிகள் இருந்தாலும் அழகாகவே அமைந்திருந்தது. வீட்டுக்குப் பக்கத்தில் பச்சையாகக் குளமும் கொஞ்சம் மணலும் தூரத்தில் நுரை மீசை அணிந்த கடலலைகளும் தழைவான ஓட்டு வீட்டில் பெரும்பாலும் கண்ணாடியுமாக சொர்க்கம்தான்! உள்ளே மிதிக்க மிதிக்க மெத்துமெத்து கார்பெட்டும் வீடியோவும் ஒரு ஃபிரிஜ்ஜூம் வெள்ளைச் சதுரங்கள் பதித்த சமையலறையும் அப்புறம் பின்பக்கம் மண் என்னவோ தேவர்களின் பவுடர் ஃபாக்டரி போல அத்தனை வெள்ளையாக, மைல் கணக்கில் சங்கு தேடலாம்.

இங்கே அங்கே எந்தப்புறத்திலும் யாருமில்லை. தனிமையான கனவு பூசின வீடு.

சரஸ்வதி என்கிற அந்தப் பெண் சந்தோஷத்தால் ஒரு சுற்று பெருத்துவிட்டாள். 'ஓ மனோ... என்ன ஒரு சொர்க்கம் இந்த வீடு' என்றாள். 'தாங்க் யூ, தாங்க் யூ மனோ.'

'ராஜ்! இவனைத்தான் தேங்க் பண்ணணும். இவனதுதான் வீடு.'

'என்னது இல்லை. எங்க மாமா அமெரிக்கா போயிருக்கார். நீங்கள்லாம் ரெண்டு மூணு நாள்ல போயிருவீங்க. நான்தான் அவங்க திரும்பறவரைக்கும் இங்க காவல் இருந்தாகணும்.'

'மனோ, மார்க்கெட்டுக்குப் போயி மீனு மட்டன் எல்லாம் வாங்கிட்டு வாங்க. நான் திங்கக் குடுக்கறேன்.' சரசு ஒரு பட்டியல் எழுதிக் கொடுக்க, அதை மனோ என்னிடம் கொடுத்து விட்டு, ஃப்ரிஜ்ஜிலிருந்து பீர் பாட்டில் எடுத்து வைத்துக்கொண்டு உட்கார்ந்தான். நான் குள்ளமாக இருந்த சைக்கிளில் மல்பே வரை ஓட்டிக்கொண்டு சென்றேன். நாற்றமாக மீன் வாங்கினேன். என்னவோ ஷ்ரிம்போ ப்ரானோ சொன்னார்கள். மேலும் கிழங்கு வகைகள், புழுங்கலரிசி, இறைச்சி எல்லாம் வாங்கி வந்தேன்.

காற்று காலருக்குள் விளையாட சைக்கிள் அடிப்பது சுகமாகவே இருந்தது. சரசுவைப் பற்றி விகல்பமாக எல்லாம் தோன்றியது. திரும்பி சைக்கிளில் வரும்போது அவள் கூந்தலுக்குள் சூரியன் விளையாட வாசலில் கொடிகட்டித் துணி உலர்த்திக் கொண்டிருந் தாள். அவளுடைய கறுப்புப் பாவாடை, எங்கள் பனியன், உள்டிராயர் எல்லாம் பளபளவென்று சர்ப் விளம்பரம்போல தோய்த்து உலர்த்தியிருந்தாள். 'வாங்கிகிட்டு வந்துட்டிங்களா?' என்றாள். நான் கொடுத்த பையை வாங்கும் போது என்னைப் பார்த்துக் களங்கமில்லாமல் சிரித்தாள். மனோவின் சட்டையைப் போட்டுக்கொண்டிருந்தது எனக்குக் கிறக்கமாக இருந்தது. திரள் திரளாக, அவள் மார்புகள் இரண்டும் நடக்க நடக்கத் தளும்பு வதைக் கவனிக்காமல் இருக்க முடியவில்லை. மறுபடி மனோ மேல் பொறாமைதான் ஏற்பட்டது.

ராஜ் தனியாக அறையில் சந்தித்தபோது ஒரு ஸந்த்ராவைக் கடித்துக்கொண்டிந்தான். அந்தப்பெண் டோஸ்ட்டரில் ப்ரெட் டோஸ்ட்டும் ஆம்லெட்டும் பண்ணிக்கொண்டு பொன் போல டீ போட்டு எங்களருகில் கொண்டுவந்து வைக்கும்போது, ராஜ்

தயக்கமில்லாமல் அவள் மார்புக்குள் பார்த்தான். அவள் போனதும் 'மனோவைக் கேட்டுரப் போறேன்' என்றான்.

'என்ன?'

'இவளை எனக்கும் அனுப்பும்படியா...'

'சேச்சே!'

'என்னடா சேச்சே? எதுக்காக மனோ அழைச்சிட்டு வந்திருக் கான்? இவ்ளவ் பெரிய வீடு கொடுத்ததுக்கு இந்த உபகாரம் செய்யமாட்டானா? அமங் ஃப்ரெண்ட்ஸ்?'

'அவங்க ரெண்டு பேரும் கல்யாணம் பண்ணிக்கப் போறாங் கப்பா. அப்படித்தான் அந்தப் பொண்ணு சொல்லிக்கிட்டுத் திரியுது.'

'மனோவைக் கேளு. என்ன சொல்றான்?'

'மனோ இல்லைன்னுதான் சொல்றான்.'

'கல்யாணம் யாராவது பண்ணிப்பாங்களாடா? எனக்குத் தெரியாதுப்பா. நான் சொல்லிட்டேன். இவ இல்லைன்னா ஸிட்டிக்குப் போய் ரெண்டு மூணு நாளைக்குக் கூட்டியாந்துரு. அப்றம் நீங்கல்லாம் போயிட்டா எங்க அத்தை வந்துருவாங்க. அப்றம் ஒரு எழவும் முடியாது. என்னா டீ' என்று சப்தமாக உறிஞ்சிக் குடித்தான். 'இந்த மாதிரிதான் சப்பணும்' என்றான். 'சரஸ், சரஸ்.'

'என்னங்கண்ணா!' அவள் தலையை அள்ளிச் சொருகிக் கொண்டு வந்தாள்.

'பாரு, அண்ணா கிண்ணா பிஸினஸ் எல்லாம் வேண்டாம். மனோ எப்படியோ அப்படிதான் நான் உனக்கு. நாம எல்லாம் ஒண்ணு. என்ன தெரியுதா? நான் நீ குரு மனோ எல்லாம். புரியுதா?' அவள் என்னைப் பார்த்தாள், 'ஒரே குடும்பம்.'

'திரெளபதி தெரியுமா, திரெளபதி?' என்றான். அவள் புரியாதது போல உள்ளே சென்றாள்.

மனோ உள்ளே வந்து, 'என்னடா அவகூட?' என்றான்.

‘மனோ, நான் இப்பவே இவகிட்ட சொல்லிட்டேன். நாம எல்லாம் ஒண்ணுதான்.’

‘நாம எல்லோரும் ஒண்ணுதான்!’ மனோ இப்போதே பீர் நிறைய சாப்பிட்டிருந்தான். சற்றே தள்ளாடினான். ‘பொறுடா, பொறுத்தார் பூமி ஆள்வார். முதல்ல நான் கணக்கு பண்ணணும்!’

‘இன்னும் இனாகுரேஷன் ஆகலை?’

‘இல்லடா. அதுக்குத்தான் மங்களூர் ட்ரிப்பே. கொஞ்சம் பொறுத்துக்க!’ அப்போது சரஸ் உள்ளே வந்து ‘இன்னும் ஏதாவது துணி துவைக்கணும்னா சொல்லிப்போடுங்க’ என்றாள்.

‘மனோ அவள் கூந்தலைப் பிடித்து, முகத்தை நிமிர்த்தி, ‘பார்த்தியா, எப்டி இருக்கா பாரு என் காதலி!’

‘மனைவி’ என்றாள்.

‘உம்பேரை சரஸ்வதிங்கறதுக்குப் பதிலா தனலட்சுமின்னு மாத்து’ என்றான்.

‘புரியலை, எதுக்கு மாத்தணும்?’

மனோ கேனத்தனமாகச் சிரித்தான். ‘போய் மீன் குழம்பு பண்ணு’ என்றான். சந்தோஷமாக உள்ளே சென்றவளைப் பார்த்து எனக்குக் கதிகலங்கியது.

‘ஏண்டா இப்படி?’ என்றேன் மனோவைப் பார்த்து.

‘என்ன?’

‘எதுக்காக? பேசாம அவளைத் திரும்ப(ப்)க் கொண்டு வீட்டிலேயே விட்டுரு.’

‘போகமாட்டா. எம்பின்னால அலைஞ்சு என்னால ஞானோதயம் பெறணும்னு விதி இருக்கறப்ப அதை எதுவும் மாத்த முடியாது. குரு! மத்யானம் போய் மால் வாங்கிக்கிட்டு வரேன். புடிச்சு பாரு. வெஸ்ட்கோஸ்ட் எக்ஸ்பிரஸ்ஸுன்னு பேரு. சும்மா சுர்ருன்னு உடம்பு பூரா உருவி விட்டுரும். உனக்கு மூகாம்பிகே எங்கே யாவது போகணுமா? ஏதாவது வேண்டுதலையா?’

‘இல்லை. ஏன்?’

'அதுதான் சொல்லிக்கிட்டு இருக்கு நம்ம சரஸ். அதை ஒரு நடை கூட்டிட்டுப் போயிவறியா? எனக்குக் கொஞ்சம் ஜோலி இருக்கு ஆர்பர்ல.'

ஷவர்ல குளித்துவிட்டு புதுசாக லுங்கி கட்டிக்கொண்டு ஒரு பிலிம் புத்தகத்தை எடுத்து வைத்துக்கொண்டு பசிக்கிறது என்று நினைக்கும் வேளைக்குள், படபடவென்று எல்லாம் செய்து மேசை மேல் வைத்துவிட்டாள். மிக நேர்த்தியாக மேசை அலங் கரித்து விட்டு 'சாப்பிட வரலாம்' என்றாள்.

அவளைப் பார்ப்பதற்கே ஆரோக்கியமாக இருந்தது. தன் நிறத்துக்குப் பொருத்தமாக காட்டன் சேலை. பிளாஸ்டிக் கிளிப்பில் சிக்கனமாக அடர்த்தியான கூந்தலை முடிச்சுப் போட்டிருந்தாள். 'மனோ! நீ அதிர்ஷ்டக்காரன்டா!' என்றேன். தேவலோகத்துச் சமையல்போலத்தான் அத்தனை சுவையாக இருந்தது. எலுமிச்சையில் ரசம் வைத்து ஆளுக்கொரு கப் கொடுத்தாள். லேசாக ஆவி பறக்க காரமில்லாமல் சூப் போல இருந்தது. மீனை ஒரு மாதிரி டிவைனாக குழம்பு பண்ணியிருந் தாள். இளங்கத்திரிக்காயைவிட ருசியாக இருந்தது. மட்டன் குர்மாவும் வைத்திருந்தாள்.

'உனக்கு வேற என்னல்லாம் தெரியும்?' என்றேன்.

'எம்ப்ராய்டரி போடுவேன். முப்பது பேருக்குக்கூடச் சமைப் பேன். கர்ட்டன் க்ளாத், உள்பாவாடை, பாடியெல்லாம் நானே மிஷின்லே அடிச்சிருவேன். இப்ப ரேடியோ ரிப்பேர் செய்கிறேன். டி.வி., விஸிஆர் எல்லாம் கத்துக்கிட்டு வரேன்' என்றாள். அந்த வீட்டை மத்தியானத்துக்குள் துப்புரவாகப் பெருக்கி விட்டாள். மத்தியானம் சாப்பிட்டுவிட்டு அவர்கள் இரண்டு பேரும் மாடி அறைக்குப் போன கையோடு ஒரு செஸ் போர்டை எடுத்துக்கொண்டு எங்கள் அறைக்கு வந்துவிட்டாள். 'நீங்க இது விளையாடுவீங்களா?' என்றாள். 'சுமாராக ஆடுவேன்' என்று சொன்னாலும் கேட்காமல் பிடிவாதமாக ஆடினாள். சுலபமாக என்னிடமே தோற்றாலும் திரும்பத் திரும்ப ஆடவேண்டும் என்றாள். மூணரை மணிக்கு காபி போடுகிறேன் என்று சமையலறைக்குப் போய் விட்டாள். அப்போது ராஜ் சொன்னான், 'மனோகூட தனியா இருக்கப் பயப்படறா பாத்தியா. என்னவோ கல்யாணம் கில்யாணம்ங்குது. யாராவது ஒருத்தர் சொல்லிடலாம். அதெல்லாம் நடக்காது. மனோ

உன்னைக் கணக்குப் பண்ணிட்டு வந்திருக்கான்னு. சொல்லிர ணும். ரொம்ப அநியாயம் இல்லையா?'

'ஆமாடா' என்றேன்.

'நீ சொல்லிரேன்.'

'சேச்சே. மனோ கொன்னுருவான். அவனே எப்பவாவது சொல்லிடுவான்னு நினைக்கிறேன். அந்தப் பொண்ணு கெட்டிக் காரப் பொண்ணு. கண்டுபிடிச்சுரும் பாரு... ராத்திரிக்குள்ள.'

'எதுக்குப் பொய் சொல்லிட்டுக் கூட்டிவரணும்ங்கறேன்' என்று இலக்கில்லாமல் கேட்டான்.

'மனோவை நீயே கேளேன்!'

காப்பி ரெடி என்று உள்ளே வந்தவள் எங்கள் இருவரையும் புன்னகையில் படுத்தினாள். மனோவின் கர்ள் ஃப்ரெண்ட் என்பதால் ஒரு அளவுக்குமேல் தயக்கமாகவே இருந்தது.

'இன்னிக்கு ராத்திரி கொண்டாரேன்னு சொல்லியிருக்கான்.'

'இந்தப் பொண்ணு இருக்கறப்ப எப்படிரா கொண்டார முடியும்?'

மனோ தூக்கம் தடவின கண்களுடன் வந்தான், 'என்னடா ராஜு?'

ராஜ் அவனைத் தனியாக அழைத்துப் போய் கைகளைப் பலவித மாக ஆட்டிப் பேசினான். மனோ அலட்சியமாகக் கேட்டுக் கொண்டிருந்தவன், 'சரஸு, காப்பி கொண்டா!' என்று நடுவில் பேச்சு மாற்றினான். காப்பியை உறிஞ்சிக்கொண்டே சரசுவைப் பக்கத்தில் உட்கார வைத்து, அவள் தோளைத் தடவிக் கொடுத் தான். 'இன்னிக்கு மால் கொண்டாரேன். எல்லோரும் புடிக்கலாம்' என்றான்.

'சரசுவுமா?' என்றான் ராஜ்.

'நான் வரலைப்பா' என்றேன்.

'ஏண்டா, அதுக்காகத்தானே வந்த?'

'இல்லை, ஊர் சுத்திப் பார்க்க!'

'இது ரூமைவிட்டு விலகாம உலகத்தையே சுத்திப் பார்க்கலாம். ஒரிஜினல் மால் மூன்றெழுத்து. தொண்ணூறு பர்ஸண்ட் ரிஃபைண்டு! ஒரு டன்னு ஒரு கோடி ரூபா பெறும், தெரியுமா?'

‘நீங்கல்லாம் எதைப் பத்தி பேசிக்கிறீங்க, மனோ?’

‘உன் தலை’ என்று அவள் தலையினைக் கலைத்தான். அவள் அவன் தலையைப் பதிலுக்குக் கலைக்க இருவரும் நாய்க்குட்டி கள்போல சிரிப்புடன் விளையாடிக் கொண்டார்கள். எனக்கு எரிச்சலாக இருந்தது.

‘ராத்திரி சாப்பாட்டுக்கு என்ன ஏற்பாடு?’ என்றேன்.

‘மார்க்கெட்ல போய் வாங்கிக்கிட்டு வந்தா வகைவகையாக செஞ்சு போடுவேன்’ என்றாள். ‘சீக்கிரம் சாப்டுட்டு சீக்கிரம் படுத்துரலாம் இன்னிக்கு’ என்றான் மனோ, அவளை அர்த்தமாக அசிங்கமாகப் பார்த்து! இதைவிட ஓப்பனாகச் சொல்ல முடியாது. அவள்தான் கன்னம் சிவந்து ‘உக்கும் போங்க. விளை யாட்டுக்கு!’ என்றாள். தோட்டத்தில் இருக்கும் பூவையெல்லாம் பறித்து கொத்தாக்கி மேஜைமேல் வாஸில் வைத்துவிட்டு சன்னல் திரைகளைத் திறந்து ஒரு மாதிரியாக அந்த ஹாலை புதுசு பண்ணிவிட்டாள். சரசுவின் ‘டச்’ என்று சொல்லலாம் போல இருந்தது. சாயங்காலம் நெட் கட்டி பாட்மிண்டன் ஆடினோம். சரசுவும் நானும் ஒரு கட்சி. என் பந்துகளையெல்லாம் அவள்தான் எடுத்தாள். இரட்டைப் பின்னல் குலுங்க, குதிக்க, உற்சாக மாகவே எடுத்தாள். மனோதான் ரெண்டு பந்து, மூணு பந்து என்று அசட்டுத்தனமாக ஜோக் அடித்துக்கொண்டிருந்தான். சூரியன் விழுந்து உடனேயே நிலா தெரிந்தது. எங்கள் முதுகுப் புறத்தில் நிலாக் காற்று வீச மணலில் நடந்தோம். கப்பல்கள் சின்னச் சின்ன விளக்குக் கும்பலாக கடலில் மிதந்து கொண்டிருக்க ராஜுவும் மனோவும் பேசிக்கொண்டார்கள்.

‘ஆர் யூ ஷ்யூர்? உனக்கு வேண்டாமா?’

‘வேண்டாம் மனோ.’

‘அப்ப சரசுவைப் பார்த்துக்க, வந்துர்றம்!’

‘ரெண்டு பேரும் எங்க போறாங்க?’ என்றாள். நிலா வெளிச்சத்தில் பதுமைபோல இருந்தாள்.

‘தெரியலை. யாரோ ஃப்ரெண்டைச் சந்திக்கிறதுக்குன்னு சொன்னாங்க.’

‘வந்துருவாங்க இல்லை?’

'வந்துருவாங்க.'

'உங்ககிட்டே ஒண்ணு கேக்கணுமே.'

'கேளுங்க.'

'உங்க ஃப்ரெண்டைப்பத்தி என்ன நினைக்கிறீங்க?'

'மனோமேல உனக்கு நம்பிக்கையில்லையா?'

'அப்படின்னு இல்லை. நான் கல்யாணம் ஆறதுக்கு முந்தி எதும் வேண்டாம்னு பார்க்கிறேன்' என்றாள். இருள் தந்த செளகரியத்தில், தைரியத்தில், 'நான் தனியா ஒரு ரூம்ல படுத்துக்கறதுதானே நல்லது? ஒரு பெண்ணுக்கு ரொம்ப முக்கியமானது. ரொம்ப விலை மதிப்பானது கற்புதானே?'

'அப்டின்னு ஒண்ணு இருக்கா என்ன?'

'என்ன இப்படிக் கேட்டுட்டீங்க?'

'மனோ உன்கிட்ட என்ன சொல்லி அழைச்சிட்டு வந்திருக்கான்? கல்யாணம் பண்ணிக்கறதாச் சொன்னானா?'

'ஆமா, அப்படித்தான். நாளைக்கு ரிஜிஸ்தர் மேரேஜ் ஏற்பாடு பண்ணறதாகவும் நீங்க ரெண்டு பேரும் சாட்சிக்கு வந்திருக்கிறதாகவும் சொன்னாரு.'

'பதினெட்டு வயசாயிடுச்சா, உனக்கு?'

'ஆயிடுச்சு குருராஜ்!'

குருராஜ் என்று முழுசாக அவள் என்னைக் கூப்பிட்டதே கிறக்கமாக இருந்தது. 'குருன்னு கூப்பிட்டாப் போதும்.'

'உங்களுக்கு எதாவது சந்தேகம் இருந்தால் சொல்லிருங்க. மனோ சொன்ன வார்த்தையை நம்பி வந்திருக்கேன். என்னைக் கைவிட மாட்டார்னு சத்தியம் வாங்கிக்கிட்டிருக்கேன். ஆனா கிரமமா கல்யாணம் ஆகாம அவர் கூட ஒரே ரூம்ல படுத்துக்கிறதுக்கு விருப்பமில்லை. அவர்தான் ரொம்ப வற்புறுத்தறாரு. ஏதாவது எசகுபெசகா ஆயிட்டா? நீங்களே சொல்லுங்க.'

'நீ செய்யறதுதான் சரி. தனியாகவே படுத்துக்க.'

'தனி ரூம்ல படுத்துக்கவும் பயமா இருக்குது. நீங்க ரெண்டு பேரும் எங்க படுத்துப்பீங்க?'

'தெரியலை.'

அப்போது அவர்கள் இரண்டு பேரும் ஒருவரை ஒருவர் பிடித்துக் கொண்டு வந்தார்கள். நிச்சயம் கிராஸ் எதாவது புகைத்திருக்க வேண்டும். காலர் பட்டன் எல்லாம் தளர்ந்து ராஜ்தான் ஒரு மாதிரி பங்கியடித்த முகத்துடன் பசவண்ணரின் வசனங்கள் சொல்லிக் கொண்டே வந்தான்.

மனெயொளகே மனெயொட னித்தனோ இல்லவோ

ஹொஸ்திலல்லி ஹுல்லு ஹுட்டி

மனெயொளகெ ரஜதும்பி...

'ஷடப்!' என்றான் மனோ. 'வா சரஸ்! வா சரஸ்! படுக்கலாம் வா சரஸ்!'

'இன்னும் யாரும் சாப்பிடலையே?' என்றாள்.

'சாப்பாடு எதுக்கு?'

'சரஸ்!' ராஜ் அவள்பால் சென்று 'சரஸ்! மனோகிட்ட காரியம் முடிஞ்சதும் தயவுபண்ணி, ப்ளீஸ், மன்னிச்சுக்க, என்னை மறக்காம என் ரூமுக்கு வந்துரு சரஸ்வதி! அவர் தொடக்க விழா. நான் தொடர்ச்சி விழா.'

சரஸ்வதி என்னைப் பார்த்த முகத்தில் இருட்டிலும் பயம் தெரிந்தது.

'டோண்ட் மைண்ட் தெம்! ரெண்டு பேரும் இப்ப சரியில்லை.'

'என்னவோ சாப்பிட்டிருக்கீங்க! இதான் பிடிக்கவே இல்லை. கல்யாணத்துக்குப் பிறகு எல்லாத்தையும் நிறுத்திரணும், தெரியுமில்லை?'

'கல்யாணம் எப்ப?'

'நாளைக்கு மனோ! நாளைக்குத்தான் ஏற்பாடு பண்ணிட்டிங் கல்ல!'

'பின்ன? எல்லாம் ரெடி. இன்னிக்கு மட்டும், இன்னிக்கு மட்டும் சாப்பிட்டுட்டு மாடில போயி...'

'ம்ஹூம். கல்யாணம் ஆறவறைக்கும் நான் தனி, நீ தனி!' என்றாள்.

'ம்ஹூம். அது தப்பாட்டம்!' என்றான் மனோ. 'கவலையே படாத. எதும் செய்யமாட்டேன். ராத்திரி முழுக்க விளக்கு போட்டு விளையாடிண்ட்டு இருக்கலாம்.'

'முதல்ல மனோ, அப்புறம் நானு, எனக்குப் பரவாயில்லை!'

அவள் உள்ளே சென்றபோது நிலா தலைக்கு மேலே சின்ன வெள்ளித் தட்டாக ஒளிர, பிரம்பு நாற்காலிகளை வீட்டு வாசலில் அமைத்து எல்லோரும் தின்றோம். நான்தான் ரசித்துச் சாப்பிட்டேன். அவர்கள் இரண்டு பேரும் சம்பந்தமில்லாது பேசிக் கொண்டிருந்தார்கள். ஒருத்தருக்கு ஒருத்தர் பல்ஸ் பிடித்துப் பார்த்துக்கொண்டிருந்தார்கள். எனக்கு எதுவுமே பிடிக்கவில்லை. ஏண்டா இவர்களுடன் வந்தோம் என்று இருந்தது. ஆயிரம் ரூபாய் திருடினது ஒவ்வொன்றாக வெளியே வரும்போது, வீட்டுக்குத் திரும்பிப் போய் இருக்கவேண்டிய, மறுபடி மறுபடி பொய் சொல்லவேண்டிய அர்த்தமற்ற மாணவ வாழ்க்கையை நான் ஆர்வமின்றி எதிர்பார்த்தேன். மங்களூரிலும் நிம்மதி கிடைக்காது. பெங்களூரிலும் கிடைக்காது. இவளைக் காப்பாற்றிவிட வேண்டும் என்று வைராக்கியம் பிறந்து, அவளுடன் தனியாகச் சந்தர்ப்பம் கிடைக்குமா என்று காத்திருந்தேன். சாப்பிட்டுவிட்டு திரும்ப எல்லாப் பீங்கான் தட்டுகளையும் அவளுக்கு உதவியாக உள்ளே கொண்டுவந்து வைக்கும்போது 'சரஸ்வதி! நான் சொல்றதைக் கேட்டுரு. ஊருக்குப் பேசாம திரும்பி போயிரு.'

'அப்டித்தான் எனக்கும் தோணுதுங்க. ஆனா ஐ வல் ஹிம் வெரி மச். மேலும் என் நகைங்கள்லாம் அவர்கிட்ட இருக்கு. ஒரு ராத்திரி கடந்த பிற்பாடே வீட்டில சேர்த்துக்கமாட்டாங்க. காது கழுத்தெல்லாம் உருவிப் போட்டு வெறும் உடம்போட போனா என்னைக் கொள்ளி வெச்சிருவாங்க. இல்லைங்க, ரொம்ப தூரம் தாண்டி வந்துட்டேன். இனிமே திரும்பிப் போறதுங்கறது இல்லை.'

'சரஸ்வதி! இந்த மனோ கொடுத்த வாக்கைக் காப்பாத்துவான்னு எனக்கு நம்பிக்கையில்லை. இப்பகூட நேரா அப்பா அம்மா கிட்ட போயி கால்ல விழுந்து, அடிச்சா அடி வாங்கிக்கிட்டு திரும்பப் போறதுதான் பெஸ்ட்டுன்னு எனக்குப் படுது!'

‘எங்கப்பாவை உங்களுக்குத் தெரியாது. வாசப்படி மிதிக்க விடமாட்டாங்க.’

‘அதெல்லாம் இல்லை. நானும் வீட்டைவிட்டுத்தான் ஓடி வந்திருக்கேன். எனக்கும் வந்தது தப்புன்னு படுது. பேசாம ராவோட ரெண்டு பேரும் போயிரலாமா? என்னை நம்பி வருவியா? பஸ் ஸ்டாண்டுக்குப் போயி ஏதாவது ராத்திரி பஸ்ஸைப் பிடிச்சு இந்த எடத்தைவிட்டு வெளியே போயிரலாம்.’

‘என் நகைகளை எப்படியாவது கேட்டு வாங்கிக் கொடுத்துடுங் களேன்.’

‘கேட்டா அவனுக்கும் திட்டம் புரிஞ்சுரும். மனோ கோவம் வந்தா ரொம்ப முரடன்.’

‘எங்கிட்ட கோவிச்சுக்கிட்டதே இல்லைங்க. நல்லாத்தானே பேசுறாரு.’

‘அது பொம்பளைங்களுக்காக.’

‘அப்படின்னா அவர் நிறைய பொம்பளை பார்த்தவருங்கறிங் களா?’

‘நான் சொன்னதாச் சொல்லாத சரஸ்வதி. அவன் ஒண்ணும் நீ நினைக்கிறமாதிரி தர்மாத்மா இல்லை. எனக்கு அவனைப்பத்தி நல்லாவே தெரியும். அவ்ளவ்தான் சொல்வேன்.’

‘யாரு?’ என்று குரல் கேட்டுத் திடுக்கிட்டேன். மனோதான் கிட்டத்தில் நின்றுகொண்டு சரஸ்வதியையே பார்த்தான். ‘எப்படி என் பெண்டாட்டி? எப்படிச் சமைக்கிறா? எப்படிப் பேசறா? எப்படி அழகா இருக்கா?’ என்று அவளை என் கண் முன்னா லேயே மார்பில் கைவைத்தான். அவள் கையைப் பற்றி ஒதுக்கி னாள். ‘வான்னா வந்துரு’ என்றான். ‘நீங்க போங்க. பாத்திரத்தை யெல்லாம் எடுத்து வெச்சுட்டு வர்றேன்.’

‘வான்னா வந்துரு’ என்று மறுபடி அவளைப் பிடித்துக் கைவளை களை முறுக்கினான். நான், ‘மனோ, இவங்க நகையெல்லாம் பத்திரமா இருக்கணும். எங்கிட்ட கொடுத்து வச்சிரு’ என்று சொல்லிப் பார்த்தேன். ‘போடா பொங்கி’ என்றான். ‘வா சரஸ்! பாத்திரமெல்லாம் காலைல அலம்பிக்கலாம். வா, எனக்கு வந்து கதை சொல்லு. தூங்கப் பண்ணு. ரெண்டு பேரும் அலுப்பில் தூங்கிரலாம்.

அவள் 'விடுங்க விடுங்க' என்றாலும் நடுநடுவே சிரித்து நெற்றியைச் சுருக்கிக்கொண்டு என்ன மாதிரி உணர்ச்சி என்று தீர்மானிக்க முடியாததுபோலத்தான் அவன்கூட நடந்து சென்றாள். என்னை ஒரு முறை பார்த்துக் கண்களால் கெஞ்சி னாள். எனக்கு அப்படியே மனோ மயிரைப் பிடித்து உலுக்கலாம் என்று தோன்றியது. ராஜ் சோபாவில் சலனமின்றிப் படுத்திருந் தான். வாய் திறந்திருந்தது. மனோ மரப்படிகளில் அவளை வலுக்கட்டாயமாக அழைத்துச் சென்றான்.

மேலே சென்றவளை முழுசாக முத்தம் கொடுக்க அவன் வழியிலே பிரயாசித்துக்கொண்டிருந்தான். அவள் 'அப்றம் மனோ! கல்யாணம் பண்ணதுக்கு அப்றம் மனோ' என்றாள். 'முத்தம் கொடுத்தா பத்தினித்தனம் குறையாது. நமக்குத்தான் கல்யாணம் ஆகப்போறதில்லை. எதுக்காக இந்த எழவு! ஏதோ படுத்தோம் கொஞ்சினோம்னு இல்லாம' என்றான்.

நான் தயக்கத்துடன் மேலே சென்றேன். எனக்கு அந்த அறையில் நிகழ்வதைப் பார்ப்பதில் ஆர்வமில்லைதான். சரஸைக் காப்பாற்றும் உத்தேசத்தில், என்னைப் பார்த்தால் மனோ மாறுவான் என்று தோன்றி மேலே போனேன். அவளை அசௌகரியமாக சோபாவில் பாதியாக வீழ்த்தி எங்கெங்கோ கைகளைச் செலுத்த முயற்சித்துக் கொண்டிருக்க, அவள் தற்காப்பு உணர்ச்சியுடன், நல்ல தீர்மானத்துடன் அந்தக் கையைத் திருப்பித் திருப்பி விலக்கி சம்பவத்திலிருந்து நழுவ நழுவப் பிரயத்தனம் செய்துகொண்டிருந்தாள். ஒரு கட்டத்தில் அவனைப் பலமாகவே பிடித்துத் தள்ள, அவன் தரையில் சரிந்து விழுந்தவன் எழுந்திருக்கவில்லை.

'ஸாரி மனோ. ப்ளீஸ். என் நிலைமையைப் புரிஞ்சிப்பீங்கன்னு நினைக்கிறேன். ஸாரி, நான் அதுக்குத் தயாராயில்லை. என்னை தயவுசெஞ்சு ஃபோர்ஸ் பண்ணாதிங்க' என்றாள்.

'வா! இப்பவே கல்யாணம் பண்ணிக்கலாம் வா! இவன்தான் சாட்சி! சொல்லுரா மந்திரம்! அவளை அர்ஜெண்டா கல்யாணம் பண்ணிக்கிட்டு, பண்ணிக்கிட்டு...'

'ப்ளீஸ் கோ டு ஸ்லீப் டார்லிங்! நாளைக்கு முதக்காரியமா கல்யாண ஏற்பாடு செய்யலாம். நீங்க வாங்க. மனோ! மனோ!' என்றாள். மனோ கீழே படுத்தவன் அப்படியே தூங்கிப் போயிருந்தான். அவனைச் சரியாக படுக்கையில் கிடத்திப்

போர்த்திவிட்டு, பட்டன்களைத் தளர்த்தி, பூட்ஸைக் கழற்றி, சௌகரியங்கள் எல்லாம் செய்துவிட்டுத்தான் 'வாங்க போகலாம்' என்றாள். என்னுடன் வந்து கீழே அந்த அறையில் தரையில் விரித்திருந்த கம்பளத்தின் மேல் சுருட்டிக்கொண்டு படுத்தாள். 'நீங்க இங்கேயே படுத்துக்குங்க. உங்கமேல எனக்கு நம்பிக்கை இருக்கு' என்றாள். 'விளக்கு?'

'போயிடலாம். வாயேன்' என்றேன்.

'எங்க?'

'ஊருக்குத்தான்!'

'இல்லை குருராஜ்! அவர் நாளைக்கு ஏற்பாடு பண்ணிருவாரு! மனோவை எனக்கு நல்லாத் தெரியும். இன்னிக்கு ராஜ்கூட சேர்ந்துகிட்டு எதையோ சாப்பிட்டுட்டுத்தான் இப்டி பிஹேவ் பண்ணியிருக்காரு. நாளைக்குச் சரியா போயிரும். நாளைக்கு எதும் நடக்கலை, ஏற்பாடு எதுவும் பண்ணலைன்னா, உங்ககூடப் புறப்பட்டு வந்துர்றேன். போயிரலாம் ரெண்டு பேரும்! காலைல பளிச்சுன்னு கேட்டுர்றேன்' என்றாள். 'குட் நைட்.'

விளக்கை அணைத்துவிட்டுப் படுத்ததில் சன்னல் வழியாக கருநீல வானத்தில் தனி நிலா தொங்க அதன் வெளிச்சத்தில் அவள் படுத்திருந்ததை ரொம்ப நேரம் பார்த்துக்கொண்டிருந்தேன்.

6

காலை எழுந்தபோது பல் தேய்க்க வாஷ்பேசினுக்குச் சென்ற போது சரஸு பாடுவது கேட்டது. இனிமையாகப் பாடினாள்.

சித்திக் கணபதியே!
செல்வக் கணபதியே!
முக்திக்கு வித்தே!
முடிக்கணியும் சோதிமுத்தே!

'நல்லா பாடறியே!' என்றேன், அவள் கொடுத்த காபியை உறிஞ்சிக்கொண்டு.

'கேலி பண்ணாதீங்க. உங்க சினேகிதரு எழுந்தாரா, இல்லையா?'

'ரெண்டு பேரும் அடிச்சுப்போட்டாப்பல தூங்கறாங்க.'

காபிக் கோப்பையை எடுத்துக்கொண்டு மாடிக்குப் போய் மனோவை எழுப்பினாள். அவன் பல் தேய்த்துக்கொண்டே அவளுடன் வெளிவர, 'ராத்திரி எதும் ஞாபகம் இல்லை' என்றான்.

'இருக்குமா பின்ன? என்னைப் போட்டு என்ன பாடுபடுத்தினிங்க. இவரைக் கேளுங்க, குருராஜை.'

'என்னடா?'

'மனோ சரியாச் சொல்லுங்க. ஏற்பாடு பண்ணிருக்கிங்களா இல்லையா? இல்லைன்னா சொல்லிடுங்க.'

'பண்ணிருக்கேன்னு சொன்னனில்லை. நம்பணுமா வேண் டாமா? நீ மூகாம்பிகைக்குப் போகவேண்டாம்?'

'கல்யாணம் ஆன பிறபாடு!'

'அதுக்கு முன்னாடி எதும் வேண்டுதலை இல்லையா?'

'இல்லை.'

குளித்து விட்டு, மனோ நல்ல சட்டை பேண்ட் அணிந்துகொண்டு பளபளவென்று வாரிக்கொண்டு ராஜுடன் கிளம்பிச் சென்றான். 'இரு! பதினொரு மணிக்குள்ள எல்லா ஏற்பாடும் பண்ணிட்டு வர்றேன்.'

'டேய், இவளைப் பார்த்துக்கடா, எங்கயாவது ஓடிப் போயிரா திங்க' என்றான்.

அவன் போனதும் 'நாம ராத்திரி பேசிக்கிட்டது அவருக்கு காதுல விழுந்திருக்கும்கறிங்களா?' என்றாள்.

'சேச்சே... அவன் வேடிக்கைக்குச் சொல்றான்.'

'நான் சொன்னேன் பாத்தீங்களா! பதிவு ஆபீசுல ஏற்பாடு பண்ணத்தான் போயிருக்காரு. அவரும் பாலிடெக்னிக்கு. ரெண்டு பேருக்கும் வேலை கிடைச்சிரும். இல்லையா? அதுவரைக்கும் என் நகைகளை வித்துரலாம்னு இருக்கோம்.'

'உங்கப்பா அம்மா யாரு?'

அவள் கண்களில் நீர் திரையிடுவதைப் பார்த்து 'ஸாரி. கேக்கக் கூடாது!' என்றேன்.

அவள் சமாளித்துக்கொண்டு 'எங்கப்பா சிமெண்டுக் கடையில குமாஸ்தாவா இருக்காரு. எங்க சொந்தக்காரங்க கடைதான் அது. நாங்கள்லாம் கோலாரு! எங்க வீட்டில மொத்தம் மூணே ரூமு. அதிலே ஒம்பது பேரு! என் மாமா பையன் போஸ்ட் ஆபீசில டெம்பரரியா இருக்கான். அவனுக்குத்தான் என்னைக் கட்டி வெக்கணும்னு ஒத்தைக்கால்ல நிக்கறாங்க. எனக்கு பாலி டெக்னிக்கில அட்மிஷன் கிடைக்கறதுக்கு அப்பா ஐந்நூறு ரூபாய் கொடுத்தாங்க. இத்தனைக்கும் நல்ல மார்க்கு... மைக்ரோ ப்ராஸஸர்லாம் கத்துக்கிட்டேன். வீட்டைவிட்டு ஓடி வந்தாச்சு! மனோ மேல அப்படி அன்பாயிருச்சு. முதல்ல சாதாரணமாத்தான் சந்திச்சுக்கிட்டோம். சினிமா டிக்கெட் வாங்கிக் கொடுத்தாரு.'

'சொன்னான் மனோ!'

அவள் ஆர்வத்துடன் 'வேற என்ன சொன்னாரு? என்னை லவ் பண்றதாச் சொன்னாரா?'

'ஆமாமாம்! ஆனா...'

'அது போதுங்க எனக்கு. வாழ்நாள் பூரா அன்பு மாறாம இருந்தா சரி. மத்ததெல்லாம் நான் பாத்துப்பேன். நம்பிக்கை மாறாம இருக்கணும் அவரு!'

எனக்கு அவள் மேல் தாபமாக இருந்தது.

'அந்தத் தைரியத்தில்தான் இவ்வளவு தூரம் வந்திருக்கேன்!' அவள் அபாரக் கூந்தலை அலட்சியமாகப் பின்னால் தள்ளி வருடி வாரிக்கொண்டிருந்தாள். அதை அவள் முடிக்கும் போது தூக்கின கைகளின் கீழ் மார்பின் வடிவம் முழுமையாகத் தெரிந்தது. எனக்கு மார்பு படபடவென்று அடித்துக்கொண்டது. அப்படியே அவளைக் கட்டிப்பிடித்து கழுத்தின் வளைவில் முத்தம் கொடுத்து அப்படியே படுக்கையில் வீழ்த்தி, அவசர அவசரமாக அவள் இடுப்பின் உடைகளைக் களைந்து போட்டு, கண்ட கண்ட இடங்களில்...

'என்ன பாக்கறிங்க?'

'யூ ஆர் ப்யூட்டிஃபுல்!'

'மனோ என்ன சொல்றாரு?'

என் முகம் உடனே மாறியிருக்க வேண்டும்.

'எனக்கு உங்களையெல்லாம் ரொம்பப் பிடிச்சிருக்கு. மனோவோட சினேகிதர்கள் என்னோட சினேகிதர்கள் மாதிரி. நாம எல்லோருமே ஒரே குடும்பம் மாதிரி. அதனால்தான் உங்களுக்கெல்லாம் சுவையா சமைச்சுப் போட இஷ்டமா இருக்குது' என்றாள். 'ராஜை எனக்குப் பிடிக்கலைன்னாலும் மனோவோட ஃப்ரெண்டுங்கறதுக்குத்தான் பேசாம இருக்கேன். நேத்திக்கு அவர் கேட்டது நாகரிகமாவா இருந்துச்சு. தனியா எங்கிட்ட கேட்டதை மனோகிட்ட சொல்லியிருந்தா ரொம்ப ஆபாசமாயிருக்கும்.'

'என்ன கேட்டான்?'

'அதெல்லாம் வேண்டாங்க. கெட்டதெல்லாம் நான் மறந்துர்றது வழக்கம். ஆனா ஒரே நாள்ல எல்லாத்தையும் விட்டு வந்தவளுக்கு என்ன வேதனை பாருங்க! நீங்கதான் நல்லவருங்க! மனோவுக்கு ஏத்த சினேகிதருங்க. மதிப்பானவருங்க. உங்க ரூம்ல படுத்துக்கறதில எனக்கு எந்தவிதத் தயக்கமும் பயமும் இல்லை' என்றாள்.

இதை நான் பாராட்டாக எடுத்துக்கொள்வதா என்று சந்தேகமாக இருந்தது. அவளுக்குக் கிழங்கு தோல் உரித்துத் தந்தேன். அவ்வப்போது அவள் கை பட்டது. பளிச்சென்று அவளிடம், 'மனோ உன்னை ஏமாற்றி பயன்படுத்தத்தான் அழைத்து வந்திருக்கிறான்' என்று சொல்லிவிட உத்தேசித்தேன். இவன் போய் மத்தியானம் திரும்பி வந்ததும் கல்யாணமும் இல்லை, ஒன்றும் இல்லை என்று தெரிந்ததும் அவளே மனம் மாறப் போகிறாள்.

மனோவும் ராஜூம் பன்னிரண்டு மணி பதைபதைக்கிற வெயிலில் வந்தார்கள். சரஸ்வதி தயாராக புதுசாகப் புடைவை எல்லாம் அணிந்துகொண்டு, படிய வாரிக்கொண்டு காத்திருந்தாள்.

'என்ன மனோ, எல்லாம் ரெடியா?'

'அந்த ஆபீசு இன்னிக்கு மூடியிருக்கான். நாளைக்கு ஏற்பாடு பண்ணியிருக்கேன்.'

'நிசம்மாவா?'

'நிசம்மாத்தான், பாரு லெட்டரை!' என்று காட்டினான். அது ஏதோ போலியாகத்தான் இருக்கவேண்டும். என்னை மனோ நேராகப் பார்க்கவில்லை. 'வா சாப்ட்டுட்டு சிட்டிக்குப் போயி பிச்சர் பார்த்துட்டு நல்ல ஓட்டலா ராத்திரி சாப்ட்டுட்டு வரலாம்' என்றான். 'எதுக்கு அழறே?'

'மனோ நீங்க ஏமாத்தலைதானே?'

'சேச்சே... யார் உங்கிட்ட அப்டிச் சொன்னான்? ஏண்டா குரு நீயா?'

'அம்பிகை மேலே சத்தியமாச் சொல்லுங்க.'

'என்ன சொல்லணும்?'

'நீங்க என்னைக் கல்யாணம் பண்ணிப்பிங்கதானே!'

'அதுக்குத்தானே மங்களூருக்கே வந்திருக்கோம்!' ராஜ் பேசவே இல்லை. தனக்குச் சம்பந்தமே இல்லாதது போல எங்கேயோ பார்த்துக்கொண்டு நகம் கடித்துக்கொண்டிருந்தான்.

'சொல்லுங்க, அம்பிகை சாட்சியா! குருராஜ் கேளுங்க.'

'எதுக்கு இந்தச் சின்ன விசயத்துக்கெல்லாம் அம்பிகையை இழுக்கற? நான்தான் சொன்னனில்லை. கல்யாணம் பண்ணிக்கத் தான் போறேன்னு!'

'குருராஜ் சொல்றாரு, மனோவை நம்பாதே. உன்னைக் கல்யாணம் பண்ணிக்கவே கூட்டியாரலைன்னு!'

மனோ என்னை முறைத்துப் பார்த்தான். 'ஏண்டா அப்படியா சொன்னே?'

'அது வந்து மனோ...'

'சரஸ்வதி, நீ போய் ஒரு டீ போட்டுக்கொண்டா.'

'எல்லோருக்கும் கொண்டாரேன்' என்றவாறு அவள் கிச்சனை நோக்கிப் போன உடனே மனோ என்னருகில் வந்து சரியானபடி கன்னத்திலே ஒரு பேயறை அறைந்தான்!

எனக்கு உலகம் பூரா விண்ணென்று ஒலித்தது. அறையை விட அதன் ஆச்சரியம்தான் - எதிர்பாராத தன்மைதான் அதிகமாக வலித்தது. 'ஏண்டா, என்னைப் பத்தி அப்படிச் சொல்லுவியாடா? கோளா! உன்னைக் கூட்டி வந்ததே தப்பு! சரியான பொங்கிப் பயலுவளை சிநேகிதமா வெச்சுக்கக்கூடாது! போடா ஊருக்கு! திரும்பிப் போடா! எம் முகத்தில் முழிக்காதே!'

'நான் குடுத்த ஆயிரம் ரூபாயைத் திருப்பிக் கொடுத்திரு. போயிர்றேன். நாயடி அடிக்கிறியே. திருப்பி அடிக்க எத்தனை நேரமாகும்?'

'எங்க அடி பார்க்கலாம்?'

ராஜ், 'போனா போறதுப்பா விட்டுரு. சோதாப்பய. இவன்லாம் உனக்கு சமனா மனோ?'

'என்னோட ஆயிரம் ரூபாயைக் கொடுத்துரு. நான் போயிர்றேன்' என்றேன்.

'ஆயிரம் ரூபாயா? அது எப்பவோ ஜீரணம்... ஏவ் என்று பொய்யாக ஏப்பம் விட்டு ரெண்டு பேரும் சிரித்தார்கள்!

'அடப்பாவி!'

'இத்தனை நேரம் எம் பெண்டாட்டியை ஆன்னு பார்த்துக்கிட்டு இருந்த பாரு. அதுக்கே ஆயிரம் ரூபா சரியாப் போச்சு!'

'மனோ, வேண்டாம்! ரொம்ப ஆடாத!'

'என்னடா பண்ணிருவே, என்ன பண்ணிருவே?' என்று கிட்டத்தில் வந்தான். 'விட்டேன்னா பாரு' என்று மறுபடி கையை உயர்த்த, நான் பாதுகாப்பாகக் குனிந்துகொண்டேன்.

'என்ன பயப்படறாம் பாரு. சிப்பாய். உன்ன மாதிரி நக்கற பயலுவள்ளாம் சிநேகிதமாகவே வெச்சுக்கறது தப்பு' என்று சொன்னது எனக்கு அழுகையாக வந்தது. பாத்தியா இவனை, எதிர்த்துச் சண்டை போடத் தைரியம் இல்லாமல், திராணி இல்லாமல் பேச்சைக் கேட்டுக்கொண்டிருக்கிறோமே என்று உடனே பைசா போனால் போகிறது என்று கிளம்பியிருக்க வேண்டும்தான். ஆனால் பைசாவில் கொஞ்சமாவது, பாதியாவது திரும்பப் பெறாமல் போகக்கூடாது.

'நீங்கள்லாம் உருப்பட மாட்டீங்க' என்றேன். அதற்குள் சரஸ்வதி டீ போட்டுக்கொண்டு வந்து 'என்ன, கன்னம் வீங்கியிருக்கு?' என்றாள்.

'ஒரே மாதிரி ஒரே சைடில படுத்துக்கிட்டிருந்தான்' என்றான் மனோ.

'நாளைக்குக் கல்யாணத்துக்கு எந்தப் புடைவை கட்டிக்கிறது, மனோ' என்றாள்.

'வாடா, வெளியே போகலாம்' என்றான்.

'நா வரலை' என்றேன்.

'சும்மா பிகு பண்ணிக்காத. வீட்டைப் பூட்டிட்டுப் போகணும். உன்னை உள்ள வெச்சா பெஞ்சு நாற்காலியெல்லாம் திருடி வித்துருவே! வா போகலாம்' என்றான். இதற்குமேல் அவமானப் பட முடியாதுபோல் தோன்றியது. என்ன செய்வது, குடுத்த காசுக்கு ஏதாவது ஆதாயம் தேட வேண்டாமா? அவர்கள்பின் சென்றேன்.

டென்னிஸ் கோர்ட்டை ஒட்டி சரிவாக இருந்த இடத்தில் ஒரு நவீன ஓட்டல் இருந்தது. அதன்பின் ஒரு தியேட்டரில் அமிதாப் படம் ஓடிக்கொண்டிருந்தது. அதில் போய் உட்கார்ந்தோம். பாதி தியேட்டர் காலியாக இருந்தது. புலி அமிதாப்பின் அம்மாவைக் காப்பாற்றி கைகூப்பிச் சேவிக்கக்கூடச் செய்தது. அதை நான் விதியே என்று பார்த்துக் கொண்டிருக்க, மனோவும் ராஜுவும் ரசித்துப் பார்த்துக் கொண்டிருக்க, சரஸ்வதி மனோவின் கையை விலக்குவதிலேயே பிசியாக இருந்தாள். எனக்கு எரிச்சலாக வந்து முன்வரிசையில் போய் தனியாக உட்கார்ந்து கொண்டேன்.

சினிமாவில் இண்டர்வலில் விட்டுப் போனவர்கள் முடியும் போதுதான் வந்தார்கள்.

ரோடு மேலும் கீழுமாக ஏற்ற இறக்கமாகப் போய்க் கொண்டிருந் தது. சிவப்பு சிவப்பாகப் பெண்கள் நடந்து சென்றுகொண்டிருந் தார்கள். சுலபமாகப் புன்னகைத்தார்கள். செம்பட்டையாக மீசை வைத்த இளைஞர்கள் ஃபாரின் கார்களின் அருகில் கதவைத் திறந்து வைத்துக்கொண்டு ஸ்டீரியோவைப் பெரிதாக வைத்துக் கொண்டு சோடா குடித்துக்கொண்டிருந்தார்கள். என்னையும் சரஸ்வதியையும் வாசலில் நிற்க வைத்துவிட்டு அவர்கள் ஒரு

பெரிய வீட்டின் உள்ளே போய் இருபது நிமிஷம் கழித்து வந்தார்கள். சரஸ்வதி 'ரிஜிஸ்டர் ஆபீஸ் எங்க இருக்கு?' என்றாள்.

'எனக்கென்ன தெரியும்?' என்றேன்.

'நாளைக்கு எல்லா ஏற்பாடும் செய்தாயிருச்சு. மனோ மனோதான்! எனக்கு மோதிரம் வாங்கப் போறாரு!' மெயின் பஜாரில் ஒரு நகைக்கடையில் மனோ அவளுக்கு மோதிரம் வாங்கினான். அவள் நகையையே வைத்து சம எடை தங்கத்துக்கு வாங்கினான். அந்தப் பெண் ரொம்ப சந்தோஷப்பட்டாள். 'நீயும் மோதிரம் வாங்கிக்க' என்றாள்.

'எனக்கு நீ போதும்' என்றான். எரிச்சலாக வந்தது. ராஜை அழைத்துக்கொண்டு எங்கேயோ ஷேடி ஜாயிண்டுக்குப் போயிருக்க வேண்டும். ராஜ் தேன் குடித்த நரி மாதிரி இருந்தான். இரண்டு பேரும் அடிக்கடி ரகசியம் பேசிச் சிரித்துக்கொண்டார்கள். இந்த வினோத நாற்கோணத்தில் நான் ஒருத்தன் தனியாக்கப்பட்டேன். மனோ அடித்தது இன்னும் வலித்தது. எப்படியாவது அவனைத் திருப்பி அடிக்க வேண்டும் என்று துடித்தேன்.

எப்படி என்று பாதை பூராவும் யோசித்துக்கொண்டிருந்தேன். சரஸ்வதி மோதிரத்தால் நெகிழ்ந்து போய்விட்டாள். அவளுக்குப் புடைவையெல்லாம் எடுத்தான். என்னவோ மஞ்சள், வாழையிலை என்று பிளாஸ்டிக் பை நிறைய வாங்கினார்கள். மார்க்கெட் அருகில் கண்றாவியாக ஒரு ஓட்டலில் தோசை சாப்பிட்டோம். பாருக்குப் போய் பீட்டர் ஸ்காட் முழு பாட்டில் வாங்கிக்கொண்டான். ராத்திரி திரும்பும்போது லேட்டாகி விட்டது. சரஸ்வதி ஒரு மாதிரி ரோஸ் நிறத்தில் நைட் கவுன் அணிந்துகொண்டாள். பிரம்பு நாற்காலியில் ராஜுவும் மனோவும் உட்கார்ந்து குடித்தார்கள். அப்புறம் பற்ற வைத்துக் கொண்டு புகைபிடித்தார்கள். வாசனை ஊர் பூராவும் வீசியது. எந்த மடையனுக்கும் தெரியும், அவர்கள் பிடிப்பது சிகரெட் இல்லையென்று. 'இது என்ன சிகரெட் மனோ? ஒரு மாதிரி வாசனை அடிக்குது.'

'நீ புடிக்கறியா?' என்றான்.

'அய்யோ! வேணாம்பா. நாளைலருந்து நீயும் நிறுத்திர்றேன்னு வாக்கு கொடுத்திருக்க! ஞாபகம் வெச்சுக்க.'

'டேய் கோளூ! வா' என்று என்னைக் கேட்டான்.

நான் 'வேண்டாம்' என்று தலையசைத்தேன்.

'அய்யாவுக்கு ரொம்பக் கோபம்.'

சரஸ்வதி என்னருகில் வந்து 'அட வாங்க! கோவிச்சுக்காதீங்க. நாமெல்லாம் சந்தோஷமா இருக்கப்போறமில்லை. நாளைக்குக் கல்யாணமில்லை. எதுக்காகக் கோபம்?' என்று சின்ஸியராகக் கேட்டாள்.

ஒரம் கட்டின கண்ணீரைக் கஷ்டப்பட்டு அடக்கிக்கொண்டு 'ஒண்ணுமில்லை' என்றேன். அவள் உள்ளே போய் ஐஸ் க்யூப் எடுத்து வருகையில், 'மனோ, என் காசைக் கொடுத்துட்டா நான் ஊருக்குப் போயிர்றேன்.'

'பார்றா! காசு திரும்ப வேணுமாம்! உன் ஆயிரம் ரூபாய்லதான் பொடவையெல்லாம் வாங்கி இருக்கு. பஸ்ஸுக்கு டிக்கெட் எடுத்திருக்கு. மூணு நாளா அதில்தான் ஓடறது!'

'எனக்குத் தெரியாது. என் செலவு போக பாக்கியைக் கொடுத்துரு, இல்லைன்னா!'

'இல்லைன்னா என்ன செய்வ?'

'போலீஸ்ல புகார் கொடுப்பேன்.'

மனோ கிட்ட வந்து கையைப் பிடித்து முறுக்கினான். 'விடு விடு' என்று உதறினேன். அதற்குள் ராஜ் 'அவனை அடிக்காதரா. குரு, எங்களுக்குப் பெரிய்ய பணம் வர வேண்டியிருக்குது. இல்லை, மனோ? இன்னும் ரெண்டு மூணு நாள்ல எதிர்பார்த்துக்கிட்டு இருக்கம். அது வந்த உடனே உனக்குக் கணக்கு தீர்த்துர்றம். இல்லை மனோ?'

'கேக்கறவிதத்தில் கேட்டா கொடுப்பம். என்னவோ அதட்டுறியே!' என்றான் புருவத்தைச் சுருக்கிக்கொண்டு.

'என்ன பண்றது மனோ. கூட்டி வந்தாச்சு. ஆனா பாரு குரு, போலீஸ் கீலிஸ்னு பயங்காட்டாதே. பெரிய பார்ட்டிங்கள்ளாம் இருக்குது. கை சொடக்கினா உன்னை உண்டு இல்லைன்னு பண்ணிருவாங்க. அண்டர்ஸ்டாண்ட்!'

சரஸ்வதி ஐஸ் கட்டிகளைக் கொண்டுவருகையில் நான் என் அறைக்குப் படுக்க வந்துவிட்டேன். 'ஏன், என்ன கோபம்!' என்று சரஸ்வதி கேட்க,

'அது என்னவோ, அவன் மனசில என்ன நினைச்சுக்கிட்டு இருக்கானோ, யார் கண்டா?' என்றான்.

'நல்லவராச்சே அவரு' என்றாள். கிளிங், கிளிங் என்று ஐஸ் கட்டிகள் கிளாஸில் ஒலிக்க, நான் கண் திறந்து முழுசாக ரொம்ப நேரம் விழிந்திருந்தேன். சரஸுவிடம் அவன் சரஸமாடுவதும் ராஜ் லேசாகக் குழறுவதும் சரஸு 'விடுங்க, விடுங்க' என்று சிரிப்போடு சிணுங்குவதும் கேட்க, தலையணையால் காதைப் பொத்திக் கொண்டேன். எப்போது தூங்கினேன் என்று தெரியவில்லை. என்னை யாரோ தொட்டதால், திடுக்கிட்டு எழுந்திருந்தேன். சரஸு நின்றுகொண்டு, 'என்னைக் காப்பாத்துங்க. என்னைக் காப்பாத் துங்க' என்றாள். எனக்கு அந்தக் காட்சியை அர்த்தம் பண்ணிக் கொள்ள நேரமாயிற்று. சரஸு ரவிக்கை இல்லாமல் புடைவை யால் மார்பை மறைத்துக்கொண்டிருந்தாள். அவள் உடலில் ரத்தக்கீறல்கள் இருந்தன. உதடு வீங்கியிருந்தது. என் அறைக் கதவு உள்பக்கம் சாத்தியிருந்தது. வெளியே 'திறடி! திறடி! தேவடியா!' என்று மனோவின் அதட்டல் கேட்டது!

சரஸு பதற்றத்தில் இருந்தாள். கைகளை மார்புக்குக் குறுக்கே குளிர் நடுக்கம்போல வைத்திருந்தாள். 'எம் பொண்டாட்டி, அவன் ரூம்ல என்னடி செய்யறே? டேய், பொட்டை! கதவைத் திறடா!'

'திறக்காதீங்க. திறக்காதீங்க. ரெண்டு பேரும் நல்லா குடிச்சிருக் காங்க. என்னைப் பலாத்காரம் பண்ணியிருக்காங்க. அய்யோ... தெரியாத்தனமா அம்மா அப்பாவை விட்டு இவன் பேச்சைக் கேட்டு வந்தேனே! என்னைக் காப்பாத்துங்க. என் நகையெல் லாம் எடுத்துக்கிட்டு...'

'ஏய் பொண்டாட்டி! நாளைக்குக் கல்யாணம் பண்ணிக்கணு மில்லை. அதுக்குக் கதவைத் திறந்துதான் ஆகணும். புருசன் தொட்டா என்னடி சிணுங்கறியே? எப்படியும் முதலிரவு பண்ணணுமா இல்லையா? சும்மாவா கூட்டியாந்திருக்கேன்! திற! டேய் பொங்கி! திறடா! சமாதி பண்ணிருவேன்!'

'திறக்காதிங்க, திறக்காதிங்க, இப்படியே போயிரலாம்!'

'இப்படியே எங்கும் வழியில்லையம்மா!'

'அய்யோ... நீங்க சொன்னீங்களே. பஸ் ஸ்டாண்டுக்குக் கூட்டிட்டுப் போயிருங்க. இல்லை எதாவது பப்ளிக்கான இடத்தில. அந்தாளு என் காலை வெச்சப் பரப்பறாரு. இந்தாளு மேல படுத்துக்கிட்டு மூச்சு முட்டறது... தப்பிச்சதே பெரிசு. ரெண்டு பேரும் குடி! அதனால் தப்பிச்சேன்! வேண்டாம்பா! ஆண்டவா! ஆண்டவா! நான் போயிர்றேன். அப்பா அம்மா கால்ல விழுந்து!'

'டா ஆய்! டா ஆய்!'

'சட்டை கிட்டை இருந்தா கொடுங்க. புடைவைப் பூரா கிளிச்சுட்டாங்க. திறக்காதிங்க. திறக்காதிங்க.'

'ரெண்டு பேருமே முழிச்சுக்கிட்டு இருக்காங்களா?'

'இல்லை, ஒருத்தர் விழுந்தாச்சு. மனோதான் மொட்டுன்னு முழிச்சுக்கிட்டு இருக்காரு.'

'வெயிட்!'

கதவு தட் தட் என்று அவ்வப்போது தட்டப்பட்டு கெட்ட வார்த்தைகள் கேட்டது. நானும் சரஸுவும் காத்திருந்தோம். அவள் என் துப்பட்டியை உடம்பில் சுற்றியிருந்தாள். கண்கள் மருண்ட பார்வையில் விசித்து விசித்து மௌன அழுகையில் குலுங்கிக்கொண்டிருந்தாள்.

பத்துப் பத்தரை மணி போனதும் அறைக்கு வெளியே சப்தமே இல்லை. நான் மெல்ல விளிம்பாகக் கதவைத் திறந்து பார்த்தேன்.

மனோவும் கதவருகிலேயே கிடந்தான். நன்றாக குறட்டை விட்டுத் தூங்கிக்கொண்டிருக்க, ராஜ் சோபாவின் அருகில் உட்கார்ந்துகொண்டு அதன்மேல் தலை சாய்த்து அலங்கோல மாகத் தூங்கிக்கொண்டிருந்தான். அறையெங்கும் அலங்கோல மாக கிளாஸ்களும் இறைச்சித் துண்டுகளும் இறைந்திருக்க, ஆஷ் டிரேயில் புழுப் புழுவாக சிகரெட் திணித்திருக்க, 'வா சரஸு' என்று அழைத்தேன். 'உன் ரூம்ல கதவை உள்பக்கம் சாத்திக்கிட்டு படுத்துரு!'

'எனக்கெங்க படுக்கை இனிமே?'

'காலைல எழுந்து என் கூட வந்துரு...' பஸ் ஸ்டாண்டு போயிர லாம்.'

அவள் வினோதமாக எங்கோ வெற்றுப் பார்வை பார்த்துக் கொண்டு தலையாட்டினாள். 'கதவை தாப்பா போட்டுக்க. இனிமே அவங்க எழுந்து வரமாட்டாங்க!'

நான் கீழே கிடந்த இருவரையும் வெறுப்புடன் பார்த்தேன். காலால் எட்டி உதைக்க வேண்டும் போல இருந்தது. என் அறைக்கு வந்து படுத்துக்கொண்டேன். அவள் என் அறையிலும் படுத்திருக்கப் பயப்பட்டாள். சற்று நேரம் கழித்து விழித்து எழுந்தவுடன் பார்த்த அவள் தோற்றம் என் மனசுக்குள் பளிச்சிட் டது. மார்பும் இடுப்பும் சீலையின் சன்னத்தின் ஊடே தெளிவாக, அவளுடைய முலைகளின் வட்டங்கள் சராசரிக்கு அதிக அகலம் என்று தெரிந்தது. சே, பாவம்! அவளைச் சுலபமாக... அவள் நிலைமையைச் சாதகமாக்கிக் கொண்டிருக்கலாம். அதில்தான் மேன்மை பெருந்தன்மை நேர்மை.

மேன்மையாவது, பெருந்தன்மையாவது...பயம்!

குதிரையில்லாத தேரில் ஒரே இடத்தில் கனவேகமாகப் போனேன். சரஸ்வதி மெல்லிய உடையில் காற்றில் பறக்க உள்ளுக்குள் முழு நிர்வாணமாக என்னருகில் இருந்தாள். திரும்பிப் பார்க்க, அவர்கள் இருவரும் நடைவண்டியில் எங்களைத் துரத்தினார்கள். முகத்தில் சூரியன் சுட எழுந்திருந் தேன், அறைக்கு வெளியே வந்தேன். போட்டது போட்டபடி இருக்க ராஜ், மனோ இரண்டு பேரையுமே காணோம். கைக்கடிகா ரத்தைப் பார்த்தால் மணி ஒன்பது நாற்பது! சமையலறைக்குப் போனால் சரஸு இல்லை. அவள் அறைக்குப் போனால் நேற்று சுற்றியிருந்த துப்பட்டி கீழே கிடக்க அவள் பெட்டி திறந்திருந் தது. அவள் அலங்காரச் சாமான்கள் எல்லாம் அப்படியே அலங்கோலமாகக் கிடக்க, ஒன்றிரண்டு ரூபாய் சில்லறை கீழே கிடந்தது. சரஸுதான் இல்லை. 'சரஸு, சரஸு' என்று கூப்பிட்டுப் பார்த்தேன்.

இவர்கள் எங்கே? அவள் எங்கே? வீடு ராப்பூராத் திறந்திருக்க என்னவோ ஆகிவிட்டது. ஏதோ படையெடுப்பு போல! ரெய்டு போல! நான் தூங்கியிருக்கும்போது எல்லோரும் என்னை விட்டு ஓடிவிட்டார்களா? ஒரு எழவும் புரியவில்லை. என்ன செய்வது? பசி பிடுங்கியது. பூட்டிக்கொண்டு போகலாம் என்று பூட்டைத்

தேடும்போது அந்த மூட்டை தெரிந்தது. கிட்(ட)டே போய் தொட்டுப் பார்த்தேன். 'என்னடா' என்று குரல் கேட்டுத் திடுக் கிட்டேன். ராஜ், மனோ இரண்டு பேரும் நின்றுகொண்டிருக்க, பக்கத்தில் ஒரு ஆஜானுபாகுவும் சலனமில்லாமல் நின்று கொண்டிருந்தான்.

'எங்க எல்லோரும் போயிட்டிங்க, சரசு எங்கே?'

'சரசு காலையே ஊருக்குப் போயிட்டா! நான் அனுப்பிச் சுட்டேன்!' என்றான்.

'என்னைல்ல கூட்டிப் போறதாக் கேட்டிருந்தா?'

'இல்லை. தனியா போயிட்டா! உங்கிட்ட சொல்லிரச் சொன்னா! அந்தப் பொண்ணு நமக்குச் சரிப்பட்டு வரலை! தொட்டாச்சிணுங்கி! கல்யாணம் செய்தாத்தான் விரலையே தொடலாம்னா எப்படி? இருக்கறவன் எல்லாம் முட்டாளா? பேஜாருப்பா! இதை வேற கூட்டிவந்துட்டு, தாளி, அதைக் கவனிக்கவே நேரமில்லை. நமக்கா தலைக்கு மேல சோலியிருக்கு!' என்று என்ன என்னவோ அங்கலாய்த் தான். என் கண்களைச் சந்திக்கத் தயங்கினான்.

'சரசு நகையெல்லாம்?'

'அதெல்லாம் குடுத்தாச்சு. வாபஸ் குடுத்தாச்சு. என்ன விளை யாடறியா?'

'தனியாவா போயிருக்காங்கற?'

'ஆமா.'

'எங்க?'

'எங்க போச்சோ, யாருக்குத் தெரியும்? பெங்களூருக்குத்தான். அப்பா அம்மா வீட்டுக்குத்தான் போயிருக்கணும். எனக்கு வேலை தலைக்குமேல் இருக்கு. உங்கிட்ட ஏதாவது சொல்லிச்சா?'

'அந்த மூட்டைல என்ன?' என்று கீழே கிடந்ததைக் காட்டினேன்.

அவன் திடுக்கிட்டுச் சமாளித்து 'இந்தாளு பிரபு கொண்டு வெச்சிருக்காரு. ஏனு பிரபு?'

பிரபு என்கிறவன் புத்தர் போல அசையாதிருந்தான். அவன் கையில் புஜங்கள் பீறிட்ட இடத்தில் நங்கூரம் பச்சை குத்தியிருந் தது. தாடியைச் செப்பனிட்டிருந்தான். என்னை முறைத்துப் பார்த்தான்.

'ராஜ், இவனை அழைச்சுட்டுப் போய் நாஷ்டா பண்ணிக் கொடுரா!' என்றான்.

'இல்லை, எனக்குப் பசியில்லை, உனக்கு.'

'இந்தா உன் பணம் பாக்கி. செலவானது போக 700 ரூபா' என்று என்முன் நூறு ரூபாய்களை நீட்டினான்.

'நீ என்ன பண்றே. பேசாம ஊரைப் பார்க்கப் போயிரு. நாங்க முக்கியமான வேலையைக் கவனிச்சுட்டு வர்றோம். நீ போயிடு!' என்றான். நான் அசையாமல் நின்றேன். 'போடான்னா' என்றான். ராஜ் அருகில் வந்து 'டேய் வந்துரு. அவன் முரடன்' என்றான்,

வெளியே ஒரு மட்டடார் வேன் காத்திருந்தது. அதில் ஏறிக் கொண்டபின் ராஜ் கூட வரவில்லை. டிரைவரிடம் கன்னடத்தில் பேசி என்னை பஸ் ஸ்டாண்டுக்கு அழைத்துச் செல்லும்படிச் சொன்னான்.தெளிவாக என்னை அவர்கள் விரட்டுகிறார்கள் என்று தெரிந்தது. பெங்களூரில் பார்க்கலாம் என்று டாட்டா காட்டினான்.

பஸ் நிலையத்துக்குப் போகும்போதெல்லாம் அந்த மூட்டை மனசில் உறுத்தியது. புதுசா பெர்ட்டிலைஸர் கம்பெனி பை போல இருந்தது. ஒரு மாதிரி கச்சா பிளாஸ்டிக்கில் பண்ணிய பெரிய பை! சரஸ்வதி நிஜமாகவே காலை எழுந்து போயிருப் பாளா? தனியாகவா? நகைகளை மனோ கொடுத்திருப்பானோ? என்ன ஒரு கட்டுக்கதை! சரஸ்வதியை நினைக்கையில் குபீர் என்றது. ஒரு போலீஸ் ஸ்டேஷனைக் கடக்கும்போது வண்டியை நிறுத்தச் சொல்லலாம் என்று தோன்றியது. டிரைவரைப் பார்த்தால் நம்பகமாக இல்லை. ஆபத்து. பொறு. நிதானமாக யோசித்து செய்ய வேண்டிய காரியம் இது. உட்லண்ட்ஸில் என்னை விட்டுவிட்டு வண்டி சென்றுவிட்டது.

உட்லண்ட்ஸில் தோசை இட்லி எல்லாம் இறங்கவே இல்லை. மனசு ராத்திரி நடந்ததைத் திரும்பத் திரும்ப ஒத்திகை பார்த்தது. காலையில் என்னை ஊருக்கு அழைத்துப்போ என்று சொன்னவள்

எப்படிச் சட்டென்று தனியாகப் புறப்பட்டுப் போயிருக்க முடியும்? அதுவே விந்தை! சரசுவுக்கு ஏதாவது ஆகியிருக்குமா? மூட்டை! அது எந்த மாதிரி ஷேப்பில் இருந்தது? உடல் பரிமாணத் துக்கு இருக்குமா? சே, அப்படி நினைக்காதே! என்னை எதற்குத் தனியாக அனுப்பி விட்டார்கள்? இப்போது அவர்கள் என்ன செய்து கொண்டிருப்பார்கள்?

ஓட்டலிலிருந்து வெளியே வந்தேன். பஸ் ஸ்டாண்டுக்குப் போகவில்லை. ஆட்டோ ரிக்ஷா பிடித்து மல்பே ரோட்டில் போகச் சொன்னேன். மறுபடி அந்த வீடு வருவதற்குச் சற்று முன்பே இறங்கிக்கொண்டேன். மெல்ல வீட்டை அணுகினேன். வாசற்கதவு இப்போது தாளிட்டிருந்தது. சன்னல் வழியாகப் பார்த்தால் ஹாலில் யாரும் இல்லை. கிச்சனிலோ மாடி யிலிருந்தோ சப்தம் இல்லை. மூவரையும் காணோம். மூட்டை வைத்திருந்த இடம் காலியாக இருந்தது. மெல்ல வீட்டைச் சுற்றி வந்தேன். பின்பக்கத்தில் அவர்கள் தெரிந்தார்கள். மணலைத் தோண்டிக்கொண்டிருந்தார்கள். அருகே ஈர மணல் கிடக்க, தோண்டியதை நிரப்பிக் கொண்டிருந்தார்கள்.

எனக்குத் திகீர் என்றது. அய்யோ! நான் சந்தேகித்தபடியே இந்தச் சமயம்...

ராஜுும் அந்த பிரபுவும்தான் தெரிந்தார்கள். பிரபு மண்ணைத் தள்ளிக்கொண்டிருந்தான். அவன் புஜங்கள் வியர்வையில் பளபளத்தன. நிறைய மண் இருந்தது. அதன் மேலே இலை தழை போட்டு மூடிக்கொண்டிருந்தான். என் கழுத்தில் ஒரு பிடி! 'ஜிலீர்' என்றது.

திடுக்கிட்டுத் திரும்பிப் பார்த்ததில் மனோ, 'என்னம்மா, என்ன பாக்கற?'

'ஒண்ணுமில்ல! இப்பத்தான் வந்தேன்.'

'இப்பத்தான் வந்தேன்னு சொல்றதே, அப்பவே வந்துட்டேன்னு அர்த்தமாவுதே! என்னம்மா வேவு பாக்கறியா எங்களை? என்ன பாத்த சொல்லு?'

'மனோ! ஒண்ணும் பார்க்கலை மனோ!'

'இல்லை! நீ பாத்துட்ட! ரொம்பப் பாத்துட்ட! ரொம்ப தெரிஞ் சுருச்சு உனக்கு. பிரபு! பிரபு!' பிரபு நிமிர்ந்து எங்களைப் பார்க்க

அவன் சைகையால் அழைக்கப்பட்டான். நனைந்த பனியனும் மார்புத் தசைகளும்... எனக்குக் கதி கலங்கியது. 'பிரபு, ராஜ், நம்ம துப்பறியும் சிங்கம்! திரும்ப வந்துட்டாருய்யா. இவனை என்னடா செய்யலாம்.' பிரபு கழுத்தைச் சீவுவதுபோல காட்டினான். 'வேண்டாம், வேண்டாம்! மனோ, நான் எதும் பார்க்கலை. இப்பத்தான் வரேன். மனோ எதுவுமே எனக்குத் தெரியாது. தெரியவே தெரியாது மனோ!'

'ராத்திரிக்குள்ள எதாவது தீர்மானிக்கணும், இவனைப் பத்தி. என்ன சொல்றே?'

'பாக்கிப் பணத்தைக் கொடுத்து அனுப்பிச்சுரலாம்' என்றான் ராஜ்.

'எப்படி? எங்கயாவது போலீஸ்ல போய் சொல்லிட்டான்னா?'

'சொல்லமாட்டான்! சாது!'

'ரொம்ப பாத்துட்டப்பா நீ, உடம்புக்கு ஆகாதில்லை! க்யூரியா ஸிட்டி, ஆர்வம், பாத்ரூம்ல எட்டிப் பார்க்கற ஆர்வம்! 'க்யூரியா ஸிட்டி கில்ஸ் தி கேட்'ன்னு சொல்வாங்க இல்லை! பார்க்கலாம். ராத்திரி என்ன ஆவுதுன்னு பார்க்கலாம். அதுவரைக்கும் நீ விருந்தாளியா இருந்தாகணும். பிரபு!' என்றான். அவன் என்னை இழுத்தான். ஒரு தள்ளு தள்ளினால் ஆறடி அண்டையில் போகு மாறு உந்தல்கள்! அவர்கள் என்னை லம்பர் ரூம் போலிருந்த இருட்டான இடத்தில் அடைத்தார்கள். 'சத்தம் வந்தா அடி பின்னிடுவோம்! மயக்கம் வர்றவரைக்கும் அடிச்சுருவோம். தயங்க மாட்டோம்! சத்தம் போடாம இரு. ராத்திரி பார்த்துக்கறம்.'

'மனோ, என்னை விட்டுரு மனோ. எல்லாத்தையும் மறந்துட்டேன் மனோ. எனக்கு ஒண்ணுமே தெரியாது. என்னை விட்டுரு மனோ. விட்டுரு மனோ. நான் எதும் சொல்லமாட்டேன் மனோ.'

'சொல்லக்கூடாது, ம்ஹூம்' என்று சொல்லிவிட்டு 'ராத்திரி வரைக்கும் கம்முன்னு இரு.'

'அப்றம் யோசிக்கலாம். வேற ஏதாவது எரைச்சல் வந்தா தயங்கவே மாட்டோம். தீர்த்துக் கட்டிருவோம். இருக்கிற சிக்கல்ல உன் சிக்கல் பெரிசில்லை. மூச்!'

நான் அப்படியே குன்றிப்போய் உட்கார்ந்தேன். என்ன ஒரு வம்பு! எதற்காக ஆர்வம்! எதற்காகத் திரும்பி வரவேண்டும்? நான்

என்பாட்டுக்கு மங்களூரில் மசால் தோசை சாப்பிட்டுவிட்டு ஊரைப் பார்க்கப் போக வேண்டியவன்தானே! எனக்கு எதற்கு வம்பு!

சரஸ்வதி! அவளை நினைத்துப் பாவமாக இருந்தது. நான் சொல்வதைக் கேட்டிருக்கலாம் அவள். என்ன நடந்திருக்கும்? சே, ராத்திரி விழித்திருக்க வேண்டும். தூங்கிப் போனது தப்பு. ராத்திரி மனோ போதையிலிருந்து எழுந்து மறுபடி சரஸ்வதியின் அறைக்குச் சென்று கதவை உடைந்திருப்பான். அவளைப் பலாத்காரம் செய்ய முயன்று ஏதாவது எக்கச்சக்கமாக நிகழ்ந்து போய் மண்டையில் ஒரே போடு! அய்யோ! சரஸ்வதி!

முகத்தைக் கையில் புதைத்துக்கொண்டு கொஞ்ச நேரம் உட்கார்ந் திருந்தேன். அறையின் இருட்டு எனக்குப் பழக்கமாகியதும் உள்ளே டென்னிஸ் ராக்கெட், வலை, உடைந்த ஸ்டூல் என்று கண்டாமுண்டா சாமான்கள் இருப்பதை உணர்ந்தேன். ஒரு மாதிரி ஷெட் போலத்தான் இருந்தது. கொஞ்ச நேரம் மௌனமாக ஆளரவம் ஏதாவது இருக்கிறதா என்று கேட்டேன். மெயின் ரோட்டில் லாரி போகும் சப்தம் கேட்டது. இடை மௌனத்தில் கடல் அலைகள்கூடக் கேட்டது. அவர்கள் எல்லோரும் என்ன செய்கிறார்கள்? போய்விட்டார்களா?

விளிம்பில் பார்த்த போது மனோ, பிரபு, ராஜ் மூவரும் மட்டடாரில் ஏறிப் போவது தெரிந்தது. போகும்போது ஒரு கயிற்றைக் கையில் சுற்றிக்கொண்டே சென்றான். எதற்கும் அஞ்ச மாட்டான் போல இருந்ததும் நான் கடப்பாரை எதாவது அகப் படுமா என்று பார்த்தேன். டென்னிஸ் மட்டையை இடைவெளி யில் கொடுத்து நெம்ப முடியாமல் ரொம்பத் தடியாக இருந்தது. முக்காலியால் இடித்துப் பார்த்தேன். ரோட்டில் போகிறவர் களைக் கூப்பிட்டுப் பார்த்தேன். என்னதான் கத்தினாலும் கேட்காது போலிருந்தது. மேலும் கால் நடையாக யாருமே போக வில்லை. லாரி, கார்கள்தான். காலாவதியான பால்பாய்ண்ட், கிழிந்த ஸ்வெட்டர் என்று சம்பந்தமில்லாத குப்பைகள் இருந் தன. ஒவ்வொன்றாகப் புரட்டிப் பார்த்ததில் பூவாளி அருகில் ஒரு கடப்பாரை கிடைத்தது. அதன் முனை மொண்ணையாக இருந்தாலும் கனமாக இருந்தது.

பத்து நிமிஷம் நெம்பினதில் தாழ்ப்பாள் வாயைப் பிளந்து கொண்டுவிட்டது. வெளியே வந்த உடனே யோசித்தேன்.

கையில் பைசா இருந்தது. என் பணம்! மனோ கொடுத்த பைசா, நல்லவேளை, மனோ அவசரத்தில் உருவிக்கொள்ள மறந்திருக் கிறான். அறுநூற்று சொச்சம் இருந்தது. மெயின் ரோடுக்கு வந்து பஸ்ஸை நிறுத்திப் பார்த்தால் யாரும் நிறுத்தவில்லை. மட்டடாரைப் பார்க்கும்போதெல்லாம் பதுங்கிக் கொண்டேன். அவர்கள் இன்னும் வரவில்லை. அந்தப் பச்சை மட்டடார் ஞாபகம் இருந்தது.

கடைசியில் அவர்கள் திரும்பி வருவது தெரிந்தது. அருகில் மனோவும் ராஜுவும் பிரபுவும் வருவதுபோலத் தெரிந்தது. நான் திகைத்துப் போய், ஓடலாமா என்று யோசித்து கொண்டிருக்கை யில் ஒரு மங்களூர் அரதல் டாக்ஸி நின்றது. நன்றியுடன் ஏறிக் கொண்டேன். எதிரே செல்லும்போது, அந்த வண்டி கடப்பதைப் பார்த்தேன். அதில் மனோவும் பிரபுவும் தெரிந்தார்கள். திரும்பிப் பார்த்தேன். வீட்டு வாசலில் நிற்பதும் அவர்கள் ஷெட் பக்கம் நடப்பதும் தெரிந்தது. அதற்கு அப்புறம் காட்சி மறைந்து விட்டது. மங்களூரில் நடுசென்டரில் எங்கோ இறக்கிவிட் டார்கள். பதினைந்து ரூபாய்தான் வாங்கிக்கொண்டான். நான் ஸ்டாண்டு விசாரித்தேன். பெங்களூருக்கு டிக்கெட் கவுண்டரின் அருகில் செல்லும்போது திடுக்கிட்டேன்.

பஸ் நிலையத்தின் நுழை வாசலில் பிரபுவும் மனோவும் அவசரமாக வந்து கொண்டிருந்தார்கள். நான் சடக்கென்று ஒரு வாழை மண்டியின் பின்னால் போனேன். லேசாக எட்டிப் பார்த்தேன். இருவரும் ஆளுக்கொரு பக்கம் பிரிந்து பஸ் ஸ்டாண்டைத் துப்புரவாகப் பார்த்தார்கள். பெங்களூர் செல்லும் பஸ்ஸின் வாயிற்படியில் போய் பிரபு நின்று கொண்டான். நான் வாழைக்காய் மலைகளுக்கு இடையில் வினோதமாக நின்றுகொண்டிருக்க, 'ஏனு' என்று சப்தம் கேட்டு 'ஏனில்லா' என்று நடந்தேன். முன்பு போன அந்தப் பாடாவதி ஓட்டலில் போய் காபி ஆர்டர் செய்துவிட்டு சன்னலருகில் பார்த்தேன். அவர்கள் அங்கேயே ரோந்து சுற்றிக்கொண்டிருந்தார்கள். பெங்களூர் பஸ் போகும்வரை காத்திருந்துவிட்டு, அதன்பின் தான் கிளம்பினார்கள்.

அவர்கள் அடுத்த பஸ்ஸுக்கு நிச்சயம் வருவார்கள். இல்லை, இங்கிருந்து ஸ்டேஷன் போய் விசாரிப்பார்களோ? என்ன செய்வது? எனக்கு முதன்முதலில் இந்த ஊரைவிட்டு விலக வேண்டும். அது முக்கியம். மூகாம்பிகைக்கு டாக்ஸி விசாரித்து

ஆள் சேர்த்துக் கொண்டிருந்தார்கள். சட்டென்று தீர்மானித்து அதில் ஏறிக்கொண்டுவிட்டேன். டாக்ஸி ஆள் இன்னும் இரண்டு மூன்று பேர் வரக் காத்திருந்தான். வெளியே கூவிக்கூவி அழைத்துக்கொண்டிருந்தான். பஸ் ஸ்டாண்டிலிருந்து வரும் புதிய பிரயாணிகளையெல்லாம் 'மூகாம்பிகே மூகாம்பிகே' என்று விளித்துக்கொண்டிருந்தான்.

எனக்கு மிகவும் கலவரமாக இருந்தது. மறுபடி அவர்கள் இருவரும் வரப்போகிறார்கள் என்று தோன்றியது. இருபது நிமிஷம் டாக்ஸிக்காரருக்குச் சவாரி சேர்கிறவரைக்கும் முள் இருக்கையில் உட்கார்ந்திருப்பதுபோலத்தான் இருந்தது. அவர்கள் திரும்பவில்லை. மூகாம்பிகைக்கு டாக்ஸி புறப்பட்ட போதுதான் சரியாக, சீராக மூச்சுவிட முடிந்தது. அருகே மலையாளத்துக்காரர் இருந்தார். அவருடைய மனைவி என்னை விரோதமாகப் பார்த்தாள். முன் சீட்டில் பத்துப் பன்னிரெண்டு வயதுப் பெண் ஒன்றும் இருந்தது.

நாங்கள் மூகாம்பிகைக்குப் போகும்போது சாயங்காலம் ஆகிவிட்டது. சாரல் பத்து கிலோ மீட்டருக்கு முன்னமேயே ஆரம்பித்து விட்டது. வரிசையாக டூரிஸ்ட் பஸ்கள் நிற்க, சத்திரத்தின் அருகில் நிறுத்திவைக்க, கிராப் வைத்த குருக்கள் எல்லாம் எங்களை மொய்த்துக்கொண்டார்கள். நான் சுற்றும் முற்றும் பார்த்துக் கொண்டு நடந்தேன். ஆற்றில் குளிக்கவேண்டும் என்று சொன்னார் கள். பந்தி பந்தியாக சத்திரத்தில் சாப்பிட்டுக் கொண்டிருந்தார்கள்.

மழையில் நனைந்து நடந்து கல்ரோடு போட்டுக் கொண்டிருந்த தெல்லாம் கடந்து ஆற்றில் குளித்தபோது நிம்மதியாக இருந்தது. புதுசாக தைரியம் பிறந்து பயம் விலகிப் போய்விட்டது. நேராகக் கோயிலுக்குச் சென்று மக்களோடு தரிசனம் செய்தேன். எம்.ஜி.ஆர் வாள், குண்டுராவ் வாள் என்று கன்னடத்தில் சொல்லிக்கொண்டிருந் தார்கள். சினிமாக்காரர்களும் தங்கத் தோடா போட்ட அரசியல்வாதி களும் கார் காராக வந்து இறங்கினார்கள். என்னை அழைத்துச் சென்ற குருக்கள் பையன் சத்திரத்துக்குக் கூட்டிச் சென்று சாப்பாடு போட்டான். பாவாடை, தாவணி போட்ட பிராமணப் பெண்கள் சிரித்து சிரித்துப் பரிமாறினார்கள். எளிய சாப்பாடு; ஒரு கூட்டு, ரசம், மோர் அவ்வளவுதான். எனக்குத் தேவாமிருதமாக இருந்தது. அம்பிகையின் அலங்காரம் மனசில் நிலைத்திருந்தது. சட்டென்று தெளிவாகத் தீர்ந்துவிட்டதுபோல மழையும் விலகி, வானத்தில் நீலம் காட்டியது. சூரியன் எட்டிப் பார்த்தான்.

டாக்ஸியில் திரும்புகையில் ஆரம்பத்திலிருந்து இந்தக் கணம் வரை நடந்ததை யோசித்துப் பார்த்தேன். சரஸுவை முதன் முதலில் பஸ் ஸ்டாண்டில் பார்த்தது; அவள் கல்யாண ஆசைகள்; அவள் எங்களுக்கெல்லாம் பனியன், அண்டர்வேர் துவைத்துப் போட்டது; சுவையாகச் சமைத்துப் போட்டது; அவள் ஆசை களைச் சொன்னது; தன்னைப் பாதுகாத்துக் கொள்வதில் ஆர்வ மாக இருந்தது; தன்னைக் களங்கப்படாமல் வைத்திருக்க முயற் சித்தது; அந்த ராத்திரியின் கொடுமையான சம்பவங்கள்...சே! நான் தூங்கியிருக்கக்கூடாது, முட்டாள்.

மூகாம்பிகையைத் தரிசித்த தைரியமோ அல்லது மனோ என்னைக் கன்னத்தில் அடித்ததையும் அவமானப் படுத்தியதை யும் திரும்பத் திரும்ப ஞாபகப்படுத்திக் கொண்டதோ, மங்களூர் திரும்பின கையோடு அந்தப் போலீஸ் நிலையத்துக்குச் சென்று பெஞ்சில் உட்கார்ந்தேன். எனக்கு கன்னடம் சரியாக வராது. அதுவும் மங்களூர் கன்னடம் வேறு மாதிரி. துளு அதிகம் பேசுவார்கள். இங்கிலீஷ் தெரிந்த இன்ஸ்பெக்டர் வரும்வரை அவர்கள் கேட்ட கேள்விகளுக்கு நான் பதில் சொன்ன விதம் அவர்களுக்கே குழப்பமாகியிருந்தது. இன்ஸ்பெக்டர் பெயர் ஷெருரோ என்னவோ சொன்னார்கள். கொஞ்சம் தொப்பையும் தொந்தியுமாக ஜாலியாகவே இருந்தார். சிவப்பாக பான் போட்டுக் கொண்டு, 120 ஜர்தா எல்லாம் குதப்பித் துப்பிவிட்டு, நிதானமாக விசாரித்தார்.

'பேர்?'

'குருராஜ்.'

'வீட்டைவிட்டு வந்து எவ்வளவு நாளாச்சு?'

'மூன்று நாள், சார்.'

'யாரார் வந்திங்க?'

'நான், மனோகரன், அப்றம் ராஜ், முழுப்பேர் தெரியாது. சரஸ்வதின்னு ஒரு பொண்ணு!'

'பார்த்தா, அடையாளம் கண்டுபிடிக்க முடியும்?'

'தாராளமா! நாங்க கிளாஸ்மேட்டுங்க. பாலிடெக்னிக்கில. மனோதான் இந்தத் திட்டம் போட்டான். ஊருக்கு வெளியில்

கடற்கரை ஓரத்தில் ஒரு பங்களா ராஜுக்குச் சொந்தக்காரர்கள் உடையது...' நிதானமாக நடந்ததையெல்லாம் சொன்னேன்.

'உங்கப்பா டெலிபோன் நம்பர் ஏதாவது இருக்கா? என்ன வேலை செய்யறாரு?'

'பி.எச்.இ.எல்.லில.'

'பேர் என்ன சொன்னே?'

'ஜி. தாமோதர்.'

'என்ன செக்ஷன்? எக்ஸ்டென்ஷன் நம்பர் ஏதாவது தெரியுமா? வீட்டு விலாசம் சொல்லு.'

'எதுக்கு சார்?'

'முதல்ல உங்கப்பாவை வரவழைக்கணும். அப்றம் அந்தப் பொண்ணு பேர் என்ன சொன்ன?'

'சரஸ்வதி.'

'அவங்க வீடு விலாசம் தெரியுமா?'

'தெரியாது.'

'அப்பா பேர், அம்மா பேரு?'

'தெரியாது. சிமெண்ட் கடையில குமாஸ்தான்னு சொன்னா.'

'அடையாளம் பத்தாது.'

'பாலிடெக்னிக்கில ரேடியோ கோர்ஸ் படிக்குது. மூணாம் வருஷம் டிப்ளமா.'

'போதும். கண்டுபிடிச்சுரலாம். மூணு நாளா பொண்ணு மிஸ்ஸிங்கின்னா பெங்களூர் போலீஸ்ல புகார் கொடுத்திருப் பாங்க. மெஸேஜ் கொடுத்துக் கேக்கலாம் முதல்ல. நீ அந்த இடத்தைக் காட்டணும். எங்க கூட வரியா?'

'வரேன் சார்.'

ஜீப்பில் போகும்போது, 'சார் என்ன ஆகியிருக்கும்னு நினைக்கிறீங்க?'

'காண்ட் ஸே. மே பி எ மர்டர். முதல்ல அவங்க ரெண்டு பேரையும் பிடிக்கணும்' என்றார். 'அந்த மட்டடார் நம்பர் கிம்பர் ஏதாவது பார்த்து வச்சியா?'

'இல்லை சார்.'

'ஷெரூர் வாய் ஓயாமல் மென்றுகொண்டு என்னைப் பார்த்தார். 'உங்க மாதிரி வளர்ந்த பையன்கள் எல்லாம் பெற்றோருக்கு எத்தனை தொந்தரவு தறீங்க? பணம் எப்படிக் கிடைச்சுது? வீட்டிலே திருடினதுதானே?' என்று என் தலையில் லேசாகத் தட்டினார். 'பயப்படாதே. அடிக்கமாட்டேன். ஆனா உங்க பேரண்ட்ஸுக்கு எத்தனை அகனி பாரு. மூணு நாளா காணம்னு தேடித் தேடி....அந்தப் பொண்ணு பேரண்ட்ஸுக்கு எப்படிச் சொல்லப்போறோம். எத்தனை வேதனை? ப்ளடி ஃபூல்ஸ்! என்னடா கிக்கு உங்களுக்கு? பேசாம வீட்டில இருந்து பாடம் படித்து பாஸ் பண்றதை விட்டுட்டு... உங்கப்பா பாலிடெக்னிக் அட்மிஷனுக்கு எத்தனை செலவழிச்சார் உனக்கு?'

'நாலாயிரம் ரூபாய் சார்.'

'உங்களையெல்லாம் சுடணும்ப்பா. அதுக்கு அதிகாரம் இல்லையே எனக்கு! போதை, பொண்ணு, திருட்டு! எல்லா குற்றமும் இருக்கு!'

'ஸாரி சார். இனிமே திருந்திட்டேன் ஒழுங்கா!'

'இனிமே என்ன இனிமே! எல்லாம் ஆச்சு. தி டேமேஜ் இஸ் டன்!'

அந்த வீட்டுக்கு மறுபடி வந்து இன்ஸ்பெக்டருடன் இறங்கின போது என் பயம் அனைத்தும் விலகிப் போயிருந்தாலும் பார்க்கப் போகும் காட்சியின் எதிர்பார்ப்பு வயிற்றில் சங்கடம் பண்ணியது. 'இதுதானே வீடு?' என்றார்.

'ஆமா சார்.'

நாலைந்து கான்ஸ்டபிள்களை வெளியே காவல் இருக்கச் சொல்லிவிட்டு, கதவைத் தட்டினபோது என் மார்பு துடித்தது எனக்கே கேட்டது. அந்தக் காட்சியைச் சந்திக்க நான் தயாராக இல்லை. உண்மையை அதன் கோர ரூபத்தில் சந்திக்க விரும்ப வில்லை. உண்மை அழகாக இருக்கும்போது, பெண் வடிவத்தில் அது எனக்குத் தேநீரும் தண்ணீரும் தந்து என் உள்ளுடைகளை

மொரமொரவென்று துவைத்துப்போடும் போது, அதைச் சந்தித்து சல்லாபிக்க விருப்பம் இருந்தது. ஆனால் அதே உண்மை உயிரற்றுப்போய் கடற்கரை மணலின் அடியில் புதைந்து கிடக்கும் சாத்தியம் ஏற்படுகையில் அது இல்லவே இல்லை. அது பொய் என்றுதான் நினைக்க விரும்பினேன். இன்ஸ்பெக்டருக்கு உண்மை கசக்காது போலும் - 'ஒப்பன் அப்' என்று கதவைக் குச்சியால் தட்டினார். யாரும் இல்லை.

சன்னல் வழியே உள்ளே எட்டிப்பார்த்ததில் மின்விசிறி ஓடிக்கொண்டிருந்தது. ஃப்ரிஜ் திறந்திருந்தது. கோப்பையில் காப்பி காத்திருந்தது. 'யாருமில்லையா?'

'உடைச்சுரலாமா?' என்று கேட்டார்.

'உங்க இஷ்டம் சார்.'

'அதற்கு முன்னே அவங்க டிரங்குப்பெட்டியை புதைச்சாங்களே, அது எந்த இடம் சொல்லு.'

'டிரங்குப்பெட்டியில்லை சார், மூட்டை.'

'இடம் எதுன்னு ஞாபகம் இருக்குமா? காட்ட முடியுமா?'

'முடியும்னு நினைக்கிறேன். பின்பக்கம்.'

'வாங்க பின்பக்கம் பார்க்கலாம்.'

என் கால்கள் நடுங்கின. அடையாளம் காட்ட முடியாவிட்டால், போலீஸ் என்னை எப்படி மதிக்கும்?

மணல் பரப்பைப் பார்த்துப் பிரமித்தேன். குத்து மதிப்பாக இந்த இடத்தில்தான் அவர்கள் குத்திக்கொண்டிருந்தார்கள் என்று சொல்ல நினைத்து அங்கே சென்றேன்.

'ஈரமணல் இருக்குதா, பாருங்க.'

'மணல் எல்லாம் காஞ்சிருக்கும்யா. என்னா வெய்யில்!'

நான் காலால் மண்ணைக் கிளறக் கிளற, அவர் சந்தேகம் அதிகரிக்க வேண்டும்.

'நீ சொன்னதெல்லாம் நிசமா?'

'ஆமாம். கண்ணால பார்த்தேன்.'

'காட்டு.'

'இதோ இங்கேதான் என்று நினைக்கிறேன். இந்த ஏரியாவில் ஏதோ ஒரு இடத்தில்.'

'கடற்கரை முழுவதும் தேடச்சொல்கிறாயா?'

'இல்லை, இங்கேதான்!'

'எங்கிருந்து பார்த்தாய்?'

'அதோ அந்த சன்னலிலிருந்து.'

'அங்கிருந்து இடதுபக்கமா, வலது பக்கமா?'

'இடதுபக்கம்.'

'சூரியனின் நிழலில் முன்பக்கம் இருந்ததா, பின்பக்கமா?'

'ஸாரி, ஞாபகமில்லை.'

காலால் நிரடிப்பார்த்தார். ஒரு இடத்தில் மணல் லூஸாக இருந்தது. 'இங்கயா?'

'இருக்கலாம்.'

தொடர்ந்து மற்றொரு ஜீப்பில் வந்தவர்கள் மெல்ல தத்தம் கடப்பாரைகளையும் மண்வெட்டிகளையும் ஜீப்பின் பின்பக்கத்திலிருந்து எடுத்து வந்தார்கள். மணலில் குத்திக் குத்திப் பார்த்தார்கள்.

அவர்கள் கவனம் ஒரு இடத்தில் நிலைக்க ஒருவருக்கொருவர் பேசிக்கொண்டார்கள்.

தோண்டப்பட்டது மணல். அவர்கள் அளைந்து கொத்தி வீசி வீசி எறியும்போது ஒரு விதமான 'விஸ்க்' சப்தம் கேட்டது. தோண்டிக் கொண்டிருந்ததை நிறுத்தி கீழே சுமாரான ஆழத்திலிருந்து ஏதோ நிரடியதை மெல்ல வெளியே எடுத்தார்கள்.

'மை காட்! இத்தனை கோரமா!' தயக்கத்துடன் நான் கிட்ட சென்று பார்த்தேன். சட்டென்று பயம் விலகிப் போயிற்று.

உளுத்துப் போன மரத்தின் ஒரு பகுதி அது.

'மூட்டைய்யா மூட்டை! நான் தேடுவது மரமில்லை.'

'எந்த இடம்னு சரியாச் சொன்னா...'

'இவரு சரியாச் சொல்லமாட்டேங்கறாரு'

'மிஸ்டர் குருராஜ், ஒண்ணு செய்யுங்க. அவங்க ரெண்டு பேரும் அந்த மூட்டையைப் புதைச்ச இடம் இங்கேருந்து இது வரைக்கும் எங்கேயாவது இருக்கலாம்னு கோடு போட்டுக் காமிச்சுருங்க. முழுக்கவே தோண்டிப் பார்த்து விடலாம். கடற்கரை முழுவதும் தோண்டுவதற்கு இது பரவாயில்லை.'

நான் சற்றுத் தயக்கத்துடன் ஒரு பெரிய சதுரம் போட்டுக் காட்டினேன்.

'சரியாப் போச்சு. இந்த ஏரியா பூரா தோண்ட நேரமாகும். ஆயுதங்கள் போதாது. நீங்க ஹெட் கான்ஸ்டபிள் கூட ஸ்டேஷனுக்குப் போயிருங்க. அந்தப் பொண்ணு எந்தப் பாலிடெக்னிக்கு. எல்லா விவரமும் சொல்லுங்க. அவங்க அப்பா, அம்மாவுக்குத் தகவல் போயிருக்கு. அங்கிருந்து மெஸேஜ் வந்த உடனே தீவிரமாத் தோண்ட வேண்டியதுதான். கவுரப்பனவரே! இல்லி பன்னி.' ஹெட் கான்ஸ்டபிளிடம் என்னைக் காட்டி நிறைய ஆணைகள் கொடுத்தார். அவர்கள் இன்ஸ்பெக்டர் வரக் காத்திருந்தார்கள்.

'சார் நான் சொல்றதில உங்களுக்கு நம்பிக்கை இல்லை தானே?'

'கண்டுபிடிச்சுரலாம். பொண்ணு காணாமற் போயிருக்குதான்னு செய்தி வந்தாகணும். பெங்களூரிலிருந்து பதில் வந்திருக்கும், இன்னேரம்!'

இப்போதைக்கு மண்கொத்தும் வேலை தொடங்காது என்று தோன்றியது. ஒரு கான்ஸ்டபிள் வந்து ஒரு காகிதத்தை இன்ஸ்பெக்டரிடம் கொடுத்துவிட்டு ஒதுங்க, அவர் நிதானமாக அதைப் படித்துவிட்டு என்னைப் பார்த்தார்.'

'என்ன சார்?' என்றேன் கலவரத்துடன்.

'பொண்ணு காணாமப் போயிட்டது வாஸ்தவம்தான். பெங்களூர்ல ராஜாஜி நகர் போலீஸ் ஸ்டேஷன்ல ரிப்போர்ட் ஆகியிருக்கு. தகவல் ஏதாவது உண்டான்னு கேக்கறாங்க. உன்

பெயரும் காணாமப் போனவங்க லிஸ்ட்ல இருக்குது. வில்ஸன் கார்டன்லயா? அந்தப் பொண்ணோட அப்பா, அம்மாவை வரச் சொல்லிரலாம். வந்தா பாடி கிடைச்சா அடையாளம் காட்டுவாங்க. ஏய், சீக்கிரம் தோண்டுங்கடா.'

போலீஸ் ஸ்டேஷனுக்கு நாங்கள் மறுபடி வந்துவிட்டோம். என்னை ரூமில் உட்காரவைத்து பிஸ்கட் டீ கொடுத்தார்கள். ஸ்டாண்டுகளில் துப்பாக்கிகளையும் ஸ்டேஷன் ஆபீசர் பட்டியல்களையும் சன்னலுக்கு வெளியே தெரிந்த மங்களூர்த் துணுக்கையும் வேடிக்கை பார்த்துக்கொண்டிருந்தேன். சாயங் காலம் வரை அங்கேதான் இருந்தேன். அதுதான் எனக்குப் பத்திரமாக இருந்தது. எந்த வேளையும் மனோ, ராஜ் இருவரும் என்னைத் தாக்க வரமுடியும் என்று தோன்றியது.

இன்ஸ்பெக்டரிடமிருந்து போன் வந்து என்னை மறுபடி அந்த இடத்துக்கு அழைத்துச் சென்றார்கள். நான் வந்து சேர்ந்து வீட்டின் பின்பக்கம் இட்டுச் செல்லப்பட்டு பிரமித்தேன். அந்த இடத்தைத் தலைகீழாகப் புரட்டியிருந்தார்கள். அங்கங்கே மண் சுமார் 3 அடி 4 அடி ஆழத்திற்குத் தோண்டப்பட்டு, புதிதாக உழுத நிலம் போல் இருந்தது. இன்ஸ்பெக்டர் என்னிடம் வந்தார். 'நத்திங்! இதைத் தவிர வேறு எதுவும் இல்லை. இங்கே கிடைத்த ஒரே ஒரு பெண் சம்பந்தப்பட்ட பொருள்.'

நான் அந்த ஹேர்பின்னைப் புரட்டிப் பார்த்தேன். துருப்பிடித் திருந்தது 'ம்ஹுூம்.'

இன்ஸ்பெக்டர் என்னைப் பார்த்து 'பொய்தானே?' என்றார்.

'சார்?'

'என்ன மாதிரி தந்தா இது? சொல்லிடு. பல்லை முறிப்பதற்கு முன் சொல்லிவிடு!'

'சார், நான் எதற்குச் சுயமாக போலீஸ் நிலையத்துக்கு வந்து பொய் சொல்ல வேண்டும்?'

'உங்களுக்குள் என்ன தகராறு? ஏதாவது சண்டை போட்டுக் கொண்டு பிரிந்து, இல்லாத புகார் எல்லாம் சொல்கிறாயா?'

'அந்தப் பெண் காணாமற்போனது உண்மையா இல்லையா?'

‘உண்மைதான். அதனாலதான் தோண்டியதே! ஆனால் எதும் அகப்படவில்லையே? அதை வேறு ஏதாவது இடத்துக்கு மாற்றி யிருப்பார்களோ?’

‘தெரியவில்லை. சொல்ல முடியவில்லை.’

‘அந்த மூட்டை என்ன ஷேப்பில் இருந்தது?’

‘சொன்னனே, ஃபெர்ட்டிலைஸர் மூட்டை மாதிரி ஒரு மாதிரி பிளாஸ்டிக்கில் அலுமினிய கலரில்.’

‘முண்டு முண்டாக இருந்ததா? ஒரு உடல் கொள்ளும் அளவுக்குப் பெரிசாக இருந்ததா?’

‘இருக்கலாம். தெளிவாகப் பார்க்காததால் சொல்ல முடிய வில்லை.’

இன்ஸ்பெக்டர் என் கைவிரல்களையும் கரத்தையும் எடுத்துப் பார்த்தார்.

‘கஞ்சா அடிப்பியா?’

‘சேச்சே! சிகரெட்கூடப் பிடிப்பதில்லை.’

‘பெண் சபலம் மட்டும்தான்! அப்புறம் திருடுவாய், அதுதானே?’

அடிபட்ட கண்களுடன் அவரைப் பார்த்தேன். ‘ஒழுங்காக வந்து போலீஸ் நிலையத்தில் புகார் கொடுத்திருக்கிறேன். என்னைக் குற்றவாளியைப் போல் நடத்துகிறீர்களே!’ நேரம் போனதும் அடிப்பார் என்றுகூடத் தோன்றியது. மண்ணை நிரடினார். ‘ஹேர்பின் ஹூம்!’ என்றார்.

‘எங்கய்யா கிடச்சுது?’ காட்டிய இடத்தில் அதிகமாகத் தோண்டப்பட்டிருந்தது.

‘காலையில் யாராவது தோண்டுவாங்களா, அதுவே அபத்தம்.’

‘ராத்திரிவரை காத்திருக்க விருப்பமில்லையோ என்னவோ?’

‘நீ மட்டும் பொய் சொல்கிறாய் என்று நிரூபிக்கப்பட்டு விட்டால்!’

நான் அவரைப் பார்த்த பார்வையிலிருந்த பயம் அவர் முகத்தின் இறுக்கத்தை விடுவித்தது.

'கைல எவ்ளவ் பணம் வெச்சிருக்க?'

'அவங்க திருப்பித் தந்த சிக்ஸ் ஹண்ட்ரட் இருக்குதுங்க.'

'அவங்க எதுக்காகத் திருப்பித் தரணும்? நீ விவரித்தபடி பார்த்தா, திருப்பித் தருகிற ஜாதியா தெரியலையே.'

'ஒருவேளை நான் விட்டு விலகினால் போதும் என்று திருப்பிக் கொடுத்திருக்கலாம்.'

'ஓட்டலில் தங்க பணம் இருக்கிறதா?'

'இருக்கிறது' என்றேன்.

கான்ஸ்டபிளிடம் சொல்லி என்னை அனுப்பி வைத்தார். சுமா ரான ஓட்டல் அது. பஸ் ஸ்டாண்ட் அருகில் சந்தடி இல்லாமல் இருந்தது. காலி பண்ணினால் உடனே போலீஸ் நிலையத்துக்குத் தெரிவிக்கும்படியாக கல்லாவில் இருந்தவரிடம் சொல்ல, அவர் என்னைக் குற்றவாளி போலப் பார்த்தார்.

தப்பித்துச் செல்வதாக இல்லை. அதற்குத் திராணியில்லை. அனுபவங்கள் போதும். இனி போலீஸாவது பெற்றோராவது ஏதாவது செய்துகொள்ளட்டும். சரஸ்வதிக்கு என்னதான் நிகழ்ந்து விட்டது என்கிற ஆர்வமெல்லாம் போயிற்று. களைத்திருந்தேன். ஓட்டல் அறையில் மங்கலாக இருந்தது. மெர்க்குரி விளக்கு துடித்துக் கண்ணடித்துக்கொண்டிருக்க, அட்டாச்ட் பாத்ரூமுக்கு இரண்டு படி ஏறிச் செல்ல வேண்டியிருந்தது. கெய்ஸர் ப்யூஸ் போயிருந்தது. பஸ் ஸ்டாண்ட் தெரிந்தது. இந்தப் பக்கத்து சன்னல் வழியாக ஒரு லேத்துப் பட்டறையின் மெஷின் சப்தம் கேட்டது. சீக்கிரம் சாப்பிட்டுவிட்டுப் படுத்தால் அத்தனை களைப்பிலும் தூக்கம் வரவில்லை. வெட்டிப் புதைத்தவர்கள் புதைத்தது எங்கே? போலீஸ் என்னை எப்போது விடுவார்கள்? தூக்கம் கடைசியில் வந்தபோது என்ன என்னவோ கன்னாபின்னா கனா. என்னைப் போட்டு சரஸ்வதி கழுத்துவரை மணலில் புதைப்பதாகவும், நான் கிழக்கு வெளுக்கும்வரை காத்திருக்க வேண்டும் என்று கட்டாயமும், ராஜூம் மனோவும் கோடாரி வைத்து அவர்களும் கிழக்கு வெளுக்கக் காத்திருக்க, சூரியன் தோன்றியதும் ஒரே வெட்டு! எழுந்துவிட்டேன்!

பல் தேய்த்துவிட்டு, காபிக்குச் சொல்லிவிட்டு, பஸ் ஸ்டாண்டை வேடிக்கை பார்த்தேன். கீழே பஸ்களின் கான்வாஸ் சுருட்டி யிருக்கும் மண்டைகள் தெரிந்தன. பெங்களூர் பஸ் வந்து நிற்க

அதிலிருந்து அப்பாவும் அம்மாவும் இறங்கினார்கள். என் அப்பா, என் அம்மா!

எனக்கு ஜிலீர் என்றது. பால்கனி ஏறிக் குதித்து விடலாம் என்றுதான் முதலில் தோன்றியது. உயரம் அதிகம். சட்டென்று நழுவிக் கீழே சென்றபோது ஓட்டல் வாசலில் அவர்கள் உள்ளே நுழைய கான்ஸ்டபிள் 'இவர்தானே?' என்று என்னைக் காட்ட அப்பா நேராக என்னருகில் வந்து பளார் என்று கன்னத்தில் அறைந்தார். அம்மா அழுதாள். நான் கன்னத்தில் கை வைத்துக் கொண்டு அவரை வெறுப்புடன் பார்க்க, 'நன்றி கெட்ட நாயே! உனக்குப் பணம் கட்டி, ஊரெல்லாம் அலைஞ்சு, சீட்டு வாங்கி...' வாக்கியத்தை முடிக்காமல் மறுபடி அடித்தார். அம்மா 'அடிக்காதீங்க' என்று கையைப் பிடிக்க, ஓட்டலுக்கு இட்லி, புட்டு தின்ன வந்தவர்கள் எல்லோரும் வேடிக்கை பார்த்தார்கள். கான்ஸ்டபிள் 'ரூம்ல போய்ப் பேசுங்க' என்றார்.

ரூமில் இட நெருக்கடியாக இருந்தது. அம்மா அழுவதை நிறுத்த வில்லை. அப்பா பாக்கிக் கோபத்தில் இன்னும் அடித்தார். நான் அவர் கையைப் பிடிக்க, 'பார்த்தியா, உன் மகன் திருப்பி அடிக்கிறான் பாரு! ஏண்டா டேய்! உன்னை வளர்த்து ஆளாக்கி, சோறாக்கிப் போட்டவர்களுக்கு இந்தத் துரோகமா!' இத்யாதி...

'ஓடிப் போறியாமில்லை வீட்டை விட்டு! அதும் திருடிட்டு... ஒரு பெண்ணைக் கூட்டிக்கிட்டு...'

'அந்தப் பொண்ணு என்கூட வரலை.'

'உன்னை இழுத்துக்கிட்டு அது ஓடி வந்திருச்சா? ராமுச்சுடும் அந்தாளு என்னை பஸ்ஸில் திட்டறான்!'

'அப்பா நான் சொல்றதை ஒழுங்கா கேட்டிங்கன்னா விஷயம் என்னன்னுட்டு.'

'விஷயம் என்னடா விஷயம்? பெண்ணைத் தள்ளிக்கிட்டு வந்திருக்கே... பணம் திருடிக்கிட்டு! வெக்கமில்லை! கைக் குழந்தை கைக்காசைப் புடுங்கிட்டு - வீட்டிலயே திருடி... தங்கை நகை...'

'எதாவது பேசாதீங்கப்பா! விஷயம் ரொம்ப தீவிரமாயிருச்சு. அந்தப் பொண்ணு செத்துப்போச்சு!'

‘என்ன?’ சட்டென்று அவர் ஓசை அடங்கிப் போயிற்று.

‘திட்டறது, அடிக்கறது எல்லாம் பெங்களூர்ல வெச்சுக்கலாம். போலீஸுக்கு ஒழுங்கா சாட்சி கொடுத்தாகனும். அப்பா அம்மா நான் செய்தது தப்புதான். மன்னிப்பு கேக்கத்தான் உத்தேசம். ஆயிரம் ரூபா வரை பொருள் திருடி வித்துட்டேன். தப்பு தப்புதான்! அவங்க கூட சேர்ந்திருக்கக்கூடாது!’

‘யார்ரா அவங்க?’ என்றாள் அம்மா.

‘கிளாஸ்மேட்டுங்கம்மா. மனோ ஒருத்தன், ராஜ்னு ஒருத்தன்!’

‘படிக்கிறேன் படிக்கிறேன்னு சொல்லிக்கிட்டு வருவானே வெட வெடன்னு சிவப்பா?’

‘அவன் யாராயிருந்தா என்னம்மா! என்னை மாட்டிவிட்டுட்டுக் காணாமப் போயிட்டாங்க. பெண்ணும் ஏதோ ஆயிருச்சு விபரீதம்!’

‘இரு! இரு! இதப் பாரு. நீங்க மூணு பேரும் பொண்ணு கூட வந்தீங்களா?’

‘ஆமாப்பா.’

‘பேஷ்! ஒரு பொண்ணு, மூணு பேரு பங்கா?’

‘சே! எதாவது சொல்லாதீங்கப்பா!’

‘விஷயம் வேற மாதிரி திரும்புது’ என்றார் அம்மாவைப் பார்த்து. ‘நீ மட்டும் தனியா அந்தப் பொண்ணை அழைச்சிட்டு வந்ததா நினைச்சிட்டிருக்கம்.’

‘யார் சொன்னா?’

‘பொண்ணுக்கு அப்பன்தான். நம்ம கூடவே பஸ்ஸில் வந்தாரே.’

‘புரியலை. அந்தாளு எங்க இப்ப?’

‘யாரு?’

‘பொண்ணுக்கு அப்பா?’

‘போலீஸ்காரர் கூட போயிருக்காரு. விஷயம் ரொம்ப ஆபாசம்பா! யாரோ பெண்ணாம். அதைப் போயி கூட்டியாந்தியே! உனக்குக்

கல்யாணம் கட்டணும்னு ஆசைன்னா நம்ம சாதில எத்தனை பொண்ணு! இந்த வயசிலே படிப்பாங்களா, பொண்ணாசை பட்டுத் திரிவாங்களா? இந்த வயசில முதல்ல படிச்சு முடிரா!'

'அப்பா, எனக்கும் அந்தப் பெண்ணுக்கும் சம்பந்தமே இல்லைப்பா. அவங்கதான் கூட்டியாந்தாங்க.'

'எதுக்கு அவங்ககூட இங்க வந்தியாம்?'

'அது வந்து ... அது வந்து...'

'ஒரு பெண்ணை மூணு பேரும் சேர்ந்துட்டு எப்டிரா பண்ணிங்க?'

'கேனத்தனமா பேசாதிங்க, நடந்தது வேற!'

'அதான் நானும் சொல்றேன்! நடந்தது வேற! நீ மட்டும் தனியா வந்திருக்கே... அந்தப் பொண்ணுகூட?'

'இல்லை.'

'என்ன எழவோ, குழப்பம். எதாவது இட்லி கிட்லி ஆர்டர் பண்ணு. ராப்பூரா பட்டினி, தலை சுத்துது.'

'ஏண்டா ஆ... இப்படி' என்று அம்மா ஆரம்பிப்பதற்குள் நான் கீழே வந்தேன்.

நாங்கள் இட்லி சாப்பிட்டுக்கொண்டிருக்கையில் இன்ஸ்பெக்டர் வரச் சொன்னதாகத் தகவல் வந்தது. அறையைப் பூட்டிக் கொண்டு போலீஸ் நிலையத்தை நோக்கி நடக்கையில் அப்பா மேலும் புலம்பினார்.

'ஒரு சீட்டுக்குச் செருப்பு தேய அலைஞ்சு, பணத்தைக் கொடுத்து, சிபாரிசுக்கு அலைஞ்சு...'

'சரி, இப்ப அதுக்கு மங்களூர்ல நடுரோட்டில என்ன செய்யச் சொல்றீங்க?'

'பாத்தியாடி... கேக்கறதைப் பாரு. உடம்பில் கொஞ்சமாவது பயம் இருக்கா பாரு?'

'அப்பா கால்ல விழுடா!'

'பாரும்மா தப்பாயிருச்சுன்னு சொல்லியாச்சுல்ல. கால்ல விழறதுல்லாம் ஊர்லபோய் செய்துக்கலாம். ரொம்ப நொந்து

போயிருக்கேன். பாடம் கத்துக்கிட்டேன்! சென்மத்துக்கும் இந்த மாதிரி சகவாசம் வேண்டாம்னுட்டு...'

'இப்பச் சொல்லுரா.'

'அவன் திருந்திடுவாங்க' என்றாள் அம்மா.

'உன் தலை.'

'மீண்டும் காவல் நிலையத்துக்குச் சென்றபோது, அங்கே உட்கார்ந்திருந்தது சரஸ்வதியின் அப்பா என்று உடனே சொல்ல முடிந்தது. மூக்கும் கன்னமும் அப்படியே சரஸ்வதி. நெருப்பாக இருந்தார். என்னைக் கண்டதும் 'யாரு?' என்றார். பின்னால் அப்பாவைப் பார்த்து 'இதாம் பையனா? எம் பொண்ணை ஆசைகாட்டி அழைச்சுட்டு வந்தவனா?'

'ஆமா' என்றார் அப்பா.

'நான் இல்லைங்க' என்றதைப் புறக்கணித்துவிட்டு 'யோவ், நீ பாட்டுக்குப் பொண்ணோட விளையாடிட்டுக் குண்டி மண்ணைத் தட்டிக்கிட்டுப் போயிருவே, இப்ப அவ வாழ்க்கை என்னா வுறது? யார் கல்யாணம் பண்ணிப்பாங்க அவளை?'

நான் அப்பாவின் அருகில் சென்று தாழ்ந்த குரலில், 'அப்பா இவருக்கு விஷயம் தெரியாதா?' என்றேன்.

'என்ன எழவோ யாருக்குத் தெரியும்?'

'அய்யா போலீஸ்காரங்க உங்ககிட்ட உங்க மகளைப் பத்தி எதாவது சொன்னாங்களா?'

'அவங்க என்னடா சொல்றது. நீ சொல்லுடா பதிலு. இப்ப பிரச்னை எப்படி தீர்றது?'

எனக்கு அவர்மேல் பரிதாபமாக இருந்தது. அவர் பெண்ணுக்கு ஆனது இன்னும் தெரியாமல், அவள் என்னுடன் ஓடி வந்துவிட்ட தாக நினைத்துக் கொண்டிருக்கிறார். அவள் இன்னும் உயிருடன் இருப்பதாக நம்பிக்கொண்டு. போலீஸ்காரர்கள் சொல்லியிருக்க மாட்டார்கள். சாட்சியம் கிட்டும்வரை சொல்லமாட்டார்கள். யார் சொல்லப் போகிறார்கள்?

அப்போது இன்ஸ்பெக்டர் உள்ளே வந்து 'எங்க அந்தப் பையன்' என்றார். என்னைப் பார்த்து 'வாய்யா பொய் மாஸ்டர்! உன்னைக்

கைது பண்ணணும்' என்றார். அம்மா 'ஓ!' என்று அழத் தொடங்க 'சும்மாயிரும்மா' என்றார் சரஸ்வதியின் அப்பா.

'இன்ஸ்பெக்டர் சார், இந்த மாதிரி ஆளுங்களுக்குன்னு தனியா சட்டம் போடணுங்க. தனியா சிறைச்சாலை, தனியா தண்டனை!'

'ஆவட்டுங்க, இப்ப வேற வேலை இருக்குது.'

அவர் என்னை ஏறக்குறைய இழுத்து அழைத்துச் சென்று அடுத்த ரூமில் திணித்தார். 'பொய்தான சொன்ன?'

'இல்லைங்களே. என்ன?'

'மூணு பேரும் சேர்ந்து என்ன பண்ணிக்கிட்டு இருந்திங்க?' எதுக்காக மங்களூருக்கு வந்திங்க? பம்பாய் கனெக்சனா, கோவாவா, எந்த ஊரு?'

'சார், அதான் சொன்னனே, ராஜ் உறவுக்காரங்க அமெரிக்கா வுக்கு...'

'சொல்லியாச்சு. புதுசா ஏதாவது சொல்லு. என்ன விக்க வந்திங்க? எல்.எஸ்.டி, மாண்ட்ராக்ஸ், சரஸ், அபின், எது?'

'என்ன சார், சொல்றிங்க?'

'நீ கஞ்சா புடிப்பதானே?'

'சேச்சே... நான் இல்லை சார்.'

'அவுங்க?'

'அவுங்க ஏதோ ராத்திரி ஊதிக்கிட்டிருந்தாங்க. எனக்கு விவரம் தெரியாது?'

'என்ன வெலைக்கு விக்கிறீங்க? பிரவுன் சுகரா? இல்லை, சுத்தமா? வெள்ளையா? பழுப்பா?'

'என்னங்க நீங்க... அய்யோ... எனக்கு என்னன்னே தெரியாது. அவங்கதான்.'

அவர் திடீர் என்று கன்னத்தில் அறைந்தார். 'அய்யோ' என்றேன். சரியான செவிட்டு அறை!

‘திரும்பத் திரும்பப் பொய் சொல்லிக்கிட்டு இருக்கியா? எங்க உங்க கூட்டாளிங்க? எந்த ஓட்டல்ல இருக்காங்க? யார்கிட்ட விக்கறிங்க? பார்ட்டி யாரு? சௌகுலேயா? கண்ணபிரானா? யாரு? சொல்லிரு எங்க மத்த ஸ்டாக்கெல்லாம்?’

‘சார் நீங்க என்ன பேசுறீங்கன்னே தெரியலை சார்! சத்தியமா எனக்கு எதும் தெரியாது சார். மூணு நாள் பிக்னிக்கு மாதிரிதான் வந்தேன் சார். வீட்டில் பணம் எடுத்தேன் சார். அதுக்குமேல ஒரு குற்றமும் செய்யலைங்க. அந்த மனோதான் பொண்ணை அழைச்சிக்கிட்டு வந்தான். அவங்கதான் எங்க எங்கயோ போயிட்டு எதை எதையோ வாங்கிட்டு வந்தாங்க.’

‘அவங்க எங்க இப்பன்னு சொல்லிரு. உன்னை விட்டுருவேன்.’

‘எப்படி சார் சொல்லுவேன். ரெண்டு பேரும் என்னை ஒரு ஷெட்டில போட்டு அடைச்சுட்டு..’

‘அதான் சொன்னியே! சாமர்த்தியமா பொய் சொல்ற நீ. எனக்கென்னவோ நீ ஒருத்தனே எல்லாம்னு நினைக்கிறேன். மூணு பேரில்லை!’

‘என்ன சார், நானா போலீஸ் ஸ்டேஷன் வருவேனா?’

‘அதான் அசத்திருச்சு என்னை. உக்காரு! உனக்கு விடிவில்லை... மால் எங்க வெச்சிருக்கன்னு சொல்ற வரைக்கும்.’

‘மால்னா என்ன சார்?’

‘அதை நீதான் சொல்லணும்.’

‘தெரியாது சார்.’

‘மறுபடி பொய்யா?’ என்று மேசையில் ஆக்ரோஷமாகத் தட்டினார். எனக்குப் பயத்திலேயே வலித்தது. ‘உதை வாங்காம இருக்கணுமா இல்லையா?’

‘இருக்கணும்.’

‘ரத்தம் வரக்கூடாதில்லை?’

‘இல்லை சார். அய்யோ அப்பா அம்மா!’

'அப்பா, அம்மாவெல்லாம் இப்ப மட்டும் வேணுமா? வீட்டுல திருடறப்ப? வீட்டைவிட்டு ஓடிவரப்ப? நல்ல பையன்தானே நீ! சொல்லு எங்க ஒளிச்சு வெச்சிருக்க?'

'எதை சார்?'

'அதை நீதான் சொல்லணும். போவுது. அந்த மூட்டை சொன்னியே, அதில என்ன இருந்தது?'

'அதான் சொன்னேனே, அந்தப் பெண்ணை அவன் ராவோட ராவா தீர்த்துக்கட்டிட்டு மண்ணில புதைக்கிறதுன்னு...'

இன்ஸ்பெக்டர் என்னருகில் வந்து நாற்காலி விளிம்பில் உட்கார்ந்து 'பொய் சொல்றதை விடமாட்டே நீ! உண்மை வெளியே வர்றவரைக்கும் ஸ்டேஷனைவிட்டு நீ போகப் போறதில்லை. உங்கப்பாகிட்ட கேட்டுட்டேன். அவரு இருக்கட்டும்னுட்டாரு. பெயில் கியில் எதும் கிடையாது. பெஞ்சில் படுப்ப, உண்மையச் சொல்லு. விட்டுர்றேன். முதல்லருந்து ஆரம்பிக்கலாமா? நீ, அது யார் ராஜ், மனோ மூணு பேரும் மங்களூருக்கு வந்திங்க, அந்த பொண்ணையும் கூட்டிக்கிட்டு. அதானே?'

'அதான் சார்...' என்றேன் உற்சாகத்துடன்.

'என்ன கொண்டுவந்திங்க?'

'நான் ஆயிரம் ரூபா கொண்டுவந்தங்க. பொட்டி படுக்கை எதும் இல்லை. ஒரே ஒரு பையி.'

'அவங்க?'

'அவங்களும் ஆளுக்கொரு பேக்தாங்க.'

'பொண்ணு?'

'அது அப்படியே போட்டது போட்டபடி வந்துருச்சுங்க. கழுத்திலே, கையில நகைகூட இல்லை. எல்லாத்தையும் மனோகிட்ட கொடுத்துருச்சு.'

'அந்தப் பெண் எல்லாத்தையும் உங்கிட்டதான் கொடுத்ததா சொல்லிச்சு?'

'யாரு?'

‘அந்தப் பொண்ணுதான்!’

‘என்ன சொல்றிங்க? அந்தப் பொண்ணை ராஜுவும் மனோவும்...’

‘ராஜுவும் இல்லே. மனோவும் இல்லை. நீ அந்தப் பொண்ணு ரெண்டு பேர்தான் இந்த வேலை செய்திங்க. டேய், அந்தப் பெண்ணை அழைச்சுக்கிட்டு வாடா?’

‘யூ மீன் ... யூ மீன் சரஸ்வதி? சரஸ்வதி?’ என்ன சொல்கிறார்.

அறைக்கதவைத் தாண்டி தலைகுனிந்தவாறு சரஸ்வதி என்னை நோக்கி வந்தாள். என்னை ஒரு முறை நிமிர்ந்து பார்த்து லேசாகச் சிரித்தாள். கன்னத்தில் நகம் கீறின காயமிருந்தது. ‘பாரும்மா சரஸ்வதி, சரியா பார்த்துச் சொல்லு, இந்தாளு யாரு?’

‘குருராஜ்!’

‘சரஸ்வதி உயிருடன் இருக்கிறாளா? என்ன ஆயிற்று?’

‘இவர்தான் உன்னை...’

‘ஆமாம். இவர்தான் என்னை மங்களூருக்கு அழைச்சுட்டு வந்தாரு.’

‘சரஸு , என்ன இது, அபாண்டம்?’

‘அழைச்சுட்டு வந்தது எதுக்காக?’

‘கல்யாணம் கட்டிக்கிறேன்னு சொல்லி என் நகையெல்லாம் புடுங்கிட்டு இங்க கூட்டி வந்தார்.’

‘சரஸு, ஏன் இவ்ளவ் பொய் சொல்ற...?’

அவள் என்னை ஒருமுறை பார்த்தாள். கண்களில் தயக்கம் தெரிந்தது.

‘சரஸு, நீ உயிரோட இருக்கன்னு எனக்கு சந்தோஷம்தான். என்ன ஆச்சு அன்னிக்கு?’

‘நீ போம்மா. அப்புறம் விசாரிக்கிறோம்.’

‘அவ எப்டிங்க தப்பிச்சா?’

‘அப்பப்பா, பெரிய ஆக்டருய்யா நீ! இப்பவாவது உன் பொய் நிரூபிக்கப்பட்டது! கம் கிளீன், நான் சொல்லவா நடந்ததை!’

'நான் பொய் சொல்லலை சார்.'

'சரஸுவைக் கூட்டிட்டு இங்கே வந்திருக்கே. உனக்கு மால் விக்கறவங்க கூட பரிச்சயம் உண்டா, அவங்க கூட பேரம் பேசியிருக்க. அவங்க கொள்ளை விலை சொல்லியிருக்காங்க. அதுக்காக இந்தப் பொண்ணு நகையைப் பறிச்சு வித்துக்கூட பைசா போறலை! அதுக்காக அவங்க மூட்டையை அந்த வீட்டாண்டை மணல்ல எங்கேயோ ஒளிச்சு வெச்சிருக்காங் கன்னு தெரியும் உனக்கு. தோண்டிப் பார்க்கணும்னு ஆசை. அதனால போலீஸ்கிட்ட ஏதோ பாடி புதைச்சிருக்குதுன்னு சொல்லி..'

'என்ன சார் இது! உங்களுக்கே அபத்தமா படலையா? எவனாவது இப்படி போலீஸ்கிட்டேயே நேரா வந்து சொல்வானா?'

'சரி, என்ன நடந்தது சொல்லு!' விடமாட்டார்!

'நான் சொன்னேனே, அதான் சார்.'

'அந்தக் கதைல போதைப்பொருளே வரலையே! அப்ப மூணு பேர்னு வெச்சிக்கிட்டா அவங்க உனக்குப் பணம் கொடுக்காம ஏமாத்தினதால கதை கட்டிவிட்டியா?'

'சார், அந்தப் பொண்ணு இருக்கு பாருங்க. அதைக் கூப்பிடுங்க. ஆனஸ்டா பேசி முடிப்பம். அது உண்மையை இன்னும் சொல்லவில்லை. எங்க ரெண்டு பேத்தையும் கொஞ்ச நேரம் தனியா விடுங்க! ப்ளீஸ்! அதுக்குத்தான் எல்லாம் தெரியும். தெரிஞ்சிருக்கணும். அதை தயவுசெய்து கூட்டிவரச் சொல்லுங்க.'

இன்ஸ்பெக்டர் சற்று யோசித்தார். என்னைக் கூர்மையாகப் பார்த்தார்.

'சரி! எங்ககூட வா' என்றார். வெளியே பெஞ்சில் சரஸ்வதியை அவள் அப்பா ஏசிக்கொண்டிருந்தார்.

'போக்கத்த பொணமே? இப்ப என்ன செய்றது? உன்னை யார் கட்டிப்பாங்க? யாரு? யாரு?

'சரஸ்வதி! இப்ப வா எங்ககூட' என்றார் இன்ஸ்பெக்டர்.

அவள் என்னைப் பார்க்க எழுந்து வந்தாள்.

‘நல்லா போட்டு குச்சில வீருங்க! ஓடுகாலி!’

ரைட்டர் ரூமில் எங்கள் இருவரையும் விட்டுவிட்டு இன்ஸ்பெக்டர் ‘கால் மணிலே வர்றன். ரெண்டு பேரும் பேசி வெச்சு ஒரு வர்ஷன் கொடுங்க!’

அவர் போனதும், ‘சரஸ்வதி! என்னைப் பாரு.’

மெல்ல நிமிர்ந்து பார்த்தாள். விசும்பல் இல்லாமல் மாலை மாலையாகக் கண்ணீர்விட்டு அழுதாள். ‘ஸாரிங்க. உங்க பேர்ல தப்பா அபாண்டமா சொல்லிட்டேன்!’

‘ஏன் சரஸ்வதி? எதுக்காக இந்தப் பொய்?’

‘என்னைக் காப்பாத்திக்கத்தான்! சுயநலம்!’

‘புரியலை.’

‘எனக்கென்னவோ உங்ககூட ஓடிப்போய்ட்டதா சொன்னா அதில ஒரு மரியாதை, ஒரு பொருத்தம், ஒரு நம்பிக்கை இருக்கும்னு தோணிச்சு.’

‘இன்னும் புரியலை சரஸ்வதி. அன்னிக்கு ராத்திரி என்னதான் ஆச்சு? கரெக்டா சொல்லு.’

‘ரெண்டு பேரும் என்னை...’ சரஸ்வதி கொஞ்ச நேரம் விசித்து தன் கண்ணீரைத் துடைத்துக்கொண்டு சுதாரித்துக்கொண்டாள். ‘ரெண்டு பேரும் என்னை அன்னிக்கு பங்கு போட வந்தாங்கல்ல? தெரியுமில்லை! அப்பதான் மனோ சொன்னதெல்லாம் பொய், அவரு என்னை கூட்டி வந்ததே உடலாசைக்குத்தான், என் நகைக்குத்தான்னு தெரிஞ்சு போச்சு. என்ன செய்ய? முதல்ல உங்க ரூம்ல வந்து ஒண்டிக்கிட்டேன்! அதுக்கப்புறம் அவங்க மயக்கம் போட்டு விழுந்துட்டாங்களா! எதையோ புகைச்சு மயக்கத்தில் இருந்தாங்களா? அப்ப தைரியம் வந்துருச்சு. மெல்ல வெளிய வந்தேன். பாட்டிலும் சாப்பிடற பண்டமும் அங்கே இங்கே சிதறிக் கிடக்க, என் நகைப் பொட்டலத்தை மனோவோட பெட்டியில் தேடினேன். அலமாரியில் தேடினேன். பூச்சாடிக்குள்ள வெச்சிருந்தது... என் அதிர்ஷ்டம் கடவுள் புண்ணியத்தில் தெரிஞ்சுது. பேசாம ராவோட ராவா வெளியே ரோடில ஓடினேன். ஒரு கார்க்காரரு நிறுத்தினாரு. உலகத்தில்

எல்லோருமே கெட்டவங்க இல்லை. அவரு வயசானவரு. என்னை ஏத்திக்கிட்டு மங்களூர் பஸ் ஸ்டாண்டுல கொண்டு விடறேன்னாரு. அதுக்கு முந்தி அவர் வீட்டுக்கு அழைச்சுக்கிட்டு போயி நாஷ்தா, உடுத்திக்க புடைவை எல்லாம் கொடுத்தார். பெங்களூருக்கு முதக் காரியமா வந்து போன் பண்ணாரு. அதுக்குள்ளே இவங்களே போன் பண்ணி எங்கப்பா கிளம் பிட்டாருன்னு தகவல் வந்தது. அப்புறம் மத்யானம் அவரு போலீஸ் ஸ்டேஷனுக்கு அழைச்சுட்டுப் போனாரு. அங்க அவங்க நடந்தது என்னன்னு கேட்டாங்க. எனக்கென்னவோ மனோ மாதிரி ஒரு ஆள் கூட ஓடிவந்தேன்னு சொல்லிக்க இஷ்டமில்லை. என்னவோ தோணிச்சு... உங்க பேரைச் சொல்லிட்டேன்... இந்த மாதிரி நடந்திருந்தா நல்லா இருக்கு மேன்னு. நான் மனோவுக்குப் பதிலா உங்களைக் காதல் பண்ணி உங்க பேச்சைக் கேட்டு உங்ககூட ஓடி வந்திருந்தா இந்த மாதிரி சீரழிவெல்லாம் ஏற்பட்டிருக்காது, இல்லையா?'

நான் மௌனமாக இருக்க, 'எவ்வளவு நல்லவரு நீங்க! பேசாம இருக்கீங்க... உங்கமேல இவ்வளவு அவதூறு கொண்டாந்த துக்கு...'

'உண்மையைச் சொன்னா யாரும் நம்பமாட்டேங்கறாங்க. நீ பொய் சொன்னதால நான் மாட்டிக்கிட்டு இருக்கேன். அவங்க ரெண்டு பேரும் என்னவோ வியாபாரத்துக்கு இங்க வந்திருக் காங்க. அது வேற குழப்பமாயிருச்சு. நான் சொல்றத இன்ஸ் பெக்டர் என்னவோ போட்டு ஊதறாரு. உபத்திரவம் தாங்க முடியலை! எதாவது சொல்லிக்கிட்டே இருக்காரு. கரெக்டா நடந்ததைச் சொல்லிரு. அங்க காலையில் வீட்டுக்குப் பின்னால் மணல்ல என்னவோ புதைச்சுகிட்டு இருந்தாங்க. அதை நான் விபரீதமா கற்பனை பண்ணிக்கிட்டேன்!'

'என்ன?'

'ராத்திரி சண்டையா? நீ என் ரூமுக்கு வந்தியா? பேசினியா? அப்புறம் பாரு, காலைல எழுந்திருச்சா உன்னைக் காணோம். எல்லாம் போட்டது போட்டபடி இருக்கு. மனோ நீ ஊருக்குப் போயிட்டதா சொல்றான். என்னை அவசரமா பஸ் ஸ்டாண்டுக்கு விரட்டறான். ரெண்டு பேரும் ஒரு ஆள் சகாயத்தோட மண்ணை வெட்டி, குழி தோண்டி புதைக்கிறாங்க. எனக்கு என்ன தோணும், சொல்லு!'

'ஓ! என்னைத்தான் அவங்க வெட்டிப் புதைக்கிறதா நினைச்சுக்கிட்டிங்களா?'

'ஆமா சரஸு! ஒரு மாதிரி சந்தேகமா பேசறாங்க. என்னைக் கட்டிப்போட்டு லம்பர் ரூம்ல அடைச்சுட்டாங்க. 'உனக்கு தெரிஞ்சு போச்சு தெரிஞ்சு போச்சு. அதிகம் பார்த்துட்ட, வெளியே சொன்னா கொலை பண்ணிருவோம்' இப்படியெல் லாம் சொல்லவே உனக்குத்தான் சமாதி கட்டிட்டாங்கண்ணு உண்மையாகவே நம்பினேன். தப்பிச்சுக்கிட்டு வந்து போலீஸ் கிட்ட சொன்னேன். அவங்க வந்து தோண்டிப் பார்த்தா ஒண்ணுமே இல்லை! இடையில் நீ வேற குழப்பம்!'

'அந்தப் பை எப்படி இருந்தது? ஒரு பிளாஸ்டிக் சாக்கு மாதிரி?'

'ஆமாம்!'

'அதை நான் முந்தாநா மத்தியானம் வீட்டில் பார்த்தேனே. அதுக்குள்ளே சின்னச் சின்னதா வெள்ளையா பொடியாட்டம் இருந்தது!'

'என்னவோ போதைப்பொருளா இருக்கும். அதிகம் காசு வெச்சிருந்தாப்பல! என் காசைத் திருப்பிக் கொடுத்து அனுப்பிச்சுட்டான்!'

'நீங்க பார்த்தபோது மூட்டை இல்லை?'

'இல்லை. தோண்டிப் பார்த்துட்டம். முதல்ல அங்கதான் புதைச்சாங்க.'

'அங்கிருந்து எடம் மாத்திருக்காங்கன்னு அர்த்தம்.'

'கரெக்ட்!' என்று பேச்சு கேட்டு திரும்பிப் பார்த்ததில் இன்ஸ் பெக்டர் நின்றுகொண்டிருந்தார்.

'வீட்டில அவசர அவசரமா படுக்கையில் சுத்தி வெச்சிருக்காங்க தலைகாணி மாதிரி! புதைக்கூண்டுக்குள்ள கொஞ்சம் இருந்தது. ஃப்ரிஜ்ஜு காலுக்குக் கீழ், கார்பெட்டுக்குக் கீழ்! கிடைச்சுருச்சு. எல்லாம் கிடைச்சுருச்சு!'

'என்ன சார் அது?'

அவர் தன் பையிலிருந்து ஒரு ப்ளாஸ்டிக் பையை எடுத்து அதிலிருந்த வெள்ளைப் பவுடரை முகந்து பார்த்தார். 'போதைப்

பொருள். எல்.எஸ்.டியோ என்ன எழவோ! லாப்ல கொடுத்தா தெரிஞ்சுரும். மால் கிடைச்சது பெரிசு! பெரிய கோஷ்டி!'

'அந்த ஆளுங்க ராஜ் மனோ ரெண்டு பேரும்?'

'எங்க போயிடப் போறாங்க? ஒளிச்சி வெச்சுட்டுத் திரும்பி வராமயா போவாங்க. புடிச்சுரலாம். இப்பவே பம்பாய், கோவா, பெங்களூர் எல்லா ஊருக்கும் மெஸேஜ் போயிருக்கு. த பாரு, இனிமே நீ உண்மை சொல்லலாம்' என்றார் இன்ஸ்பெக்டர்.

'சார்! அவர் சொன்னது பூரா உண்மை! நான் சொன்னதுதான் பொய்யி' என்றாள் சரஸ்வதி.

'அப்ப நீ இந்தாளோட ஓடிவரலையா?'

'இவரைப் பாத்தா அப்படித் தோணுதா?'

'இல்லைதான். முதமுதல்லருந்தே இவரு முகத்தில் உண்மை தான் இருந்தது. கண்ணுல கண்ணு நேராப் பேசினாரு. மிஸ்டர் குருராஜ்! அவங்க ரெண்டு பேரும் முதல்ல அந்த மூட்டையை மணல்லதான் புதைச்சிருக்காங்க. அப்றம் அந்த வீட்டுக்குள்ள மாத்திருக்காங்க. ஸாரி, நீங்க சொன்னது உண்மைதான்' என்றார்.

'சார், ஒரு வேண்டுகோள்' என்றாள் சரஸ்வதி.

'சொல்லுங்க.'

'எங்கப்பாகிட்ட இந்தச் சரியான விவரங்களை நானே சொல்லிக்கிறேன். எங்களை விட்டுருவிங்களா?'

'சரி' என்றார் இன்ஸ்பெக்டர். 'பேர் விலாசம் கொடுத்துட்டுப் போங்க. அவங்க ரெண்டு பேரும் நிச்சயம் மாட்டத்தான் மாட்டுவாங்க. ஜில்லா ஜில்லாவாத் துரத்திருவோம். அதனால அவங்களைப் புடிச்சதும் திரும்ப உங்களைச் சாட்சிக்குக் கூப்பிடணும். வரணும். ரெண்டு பேரும். நீங்க முக்கியமா வரணும். உண்மை சொல்றதுக்குப் பயப்படாதிங்க!'

'நீங்கதான் பயமுறுத்தினிங்க!'

‘நாங்க சும்மா சத்தம் போடுவோம். கீப் கூல். திரும்பத் திரும்ப கன்ஸிஸ்டண்டா சொல்லுங்க. நாங்க நம்பிருவோம்.’

‘பொய்யைக் கன்ஸிஸ்டண்டா சொன்னா?’

‘ரொம்ப கஷ்டம்! எதாவது ஒரு இடத்தில் மாட்டிக்கிடுவான். ஆல் தி பெஸ்ட்!’

அறையைவிட்டு வெளியே வரும்போது அப்பாவும் அம்மாவும் ஒரு புறமாகவும் சரஸ்வதியின் தந்தை ஒரு புறமாகவும் வாக்குவாதத்தில் இருந்தார்கள்.

‘எம் பொண்ணு வாழ்க்கை பாழாயிடுச்சில்ல.’

அம்மா, ‘எம் பையன் அப்படிச் செய்யவே மாட்டான்.’

‘ஆமா வாழ்ந்தான்! அவன் இன்னும் சின்னப் பாப்பான்னு நினைச்சிக்கிட்டு இரு! குட்டி தள்ளிட்டு மங்களூர் வரைக்கும் வந்துட்டான்!’

‘பாருங்க. உம் பொண்ணு பேர்லயும் தப்பு. எம் பையன் மேலயும் தப்பு. ஒப்புக்கிறீங்களா?’

‘ஒப்புக்கறேன்.’

‘அப்ப ஆளை விடுங்க.’

‘அது எப்படி? எம்பெண்ணுக்கு இனிமே ஏது வாழ்வு? யார் அதைக் கல்யாணம் பண்ணிப்பாங்க! ஓடிப்போன பொண்ணுன்னு பட்டம் வந்துருமே?’

‘அதுக்கு என்ன செய்யச் சொல்றீர்?’

‘ஒரே வழிதான். அவங்க ரெண்டு பேத்துக்கும் கல்யாணம் பண்ணி வெச்சர்றது!’

‘என்னது! விளையாடுறியா?’

‘பின்ன எம்பொண்ணுக்கு வழி சொல்லுய்யா?’

‘வழி என்ன வழி? பெங்களூருக்குப் போற வழிதான்!’

'இன்னும் ஒரு தடவை இந்த மாதிரிப் பேசினே பல்லு பேந்துரும்!'

'என் கை பூப்பறிக்கப் போகுமோ?'

'அப்பா, வாங்கப்பா. எல்லோரும் பஸ் ஸ்டாண்டில போய் சண்டை போட்டுக்கலாம்.'

'சண்டை என்ன சண்டை. இந்தாளுக கேக்கறது நியாயமா? சொல்லு!'

'நியாயம்தாம்பா. அந்தப் பொண்ணை நான் தொட்டுப் பழகிட்டேன். இப்ப அவளுக்கு வேறு வாழ்வு கிடையாதில்லை. நான் பண்ணின பாவத்துக்கு பிராயச்சித்தமா இந்தப் பொண்ணை நான் இப்பவோ எப்பவோ கல்யாணம் கட்டிக்கிட்டுதாம்பா ஆகணும்!'

'என்னடாது... நீயும் அவங்ககூடச் சேர்ந்துகிட்டு அநியாயமாப் பேசுற?'

'அவன் சொல்றதுதான் நியாயம்! பிராயச்சித்தம்!'

'செத்தாலும் நடக்காது!'

'நடக்காதா, பாத்துர்றேன். நடக்கும்!'

'முதல்ல பஸ் ஸ்டாண்டுக்கு நடவும்!'

'நீ என்னடி சொல்ற?'

'நீங்க சொல்றதிலயும் நியாயம் இருக்கு. அவர் சொல்றதிலயும் நியாயம் இருக்கு!'

'சரியான விளக்கெண்ணை! ஓய், செத்தாலும் எங்க வம்சத்திலே வேற சாதில பொண்ணு எடுக்கறதில்லைய்யா.'

'ஏன் இல்லைங்க. நம்ம தேவராசன் ஒரு முஸ்...'

'சூ! சும்மாரு சவமே!'

'நீங்க பொண்ணு எடுத்திருக்கிங்களோ இல்லையோ எங்க வீட்டுப் பொண்ணை உங்க வீட்டுப் பையன் கல்யாணம் செஞ்சே ஆகணும். இல்லாட்டி வெட்டுப்பழி குத்துப்பழி! கோர்ட்டு கேஸு!'

நானும் சரஸ்வதியும் பஸ்ஸில் முன் சீட்டில் உட்கார்ந்து காற்று எங்கள் முகங்களில் அலைய பின் சீட்டில் அப்பாக்கள் இருவரும் சண்டை போட்டுக்கொண்டிருந்தது எங்களுக்குத் தேவகானமாக இருந்தது. சரஸ்வதியின் கையைப் பிடித்து அழுத்தினேன்.

அவள் என் உள்ளங்கையில் நகத்தால் எழுதினாள். கையை தன்பால் இழுத்து வைத்துக்கொண்டாள். பெங்களூருக்கும் மங்களூருக்கும் ஆயிரம் மைல் பிரயாணம் வேண்டும் என்று தோன்றியது!